மூச்சில் ஏறிப் பயணிப்பவன்

சுந்தர் பாலசுப்ரமணியன்

<u>படையல்</u>

இந்த நூலைக் கோஸ்ட ரிகாவின் சிறிய செடிகளுக்கும்,
பெரிய மரங்களுக்கும்,
அவற்றினூடே உலவித் திரியும் அத்தனை உயிர்களுக்கும்,
அவற்றைச் சுற்றிப் பாடும் அலைகளுக்கும்
படைக்கிறேன்.

உள்ளடக்கம்

அணிந்துரை - கவிஞர் ஸ்டாலின் சரவணன்   5

என்னுரை   13

I. கோஸ்ட ரிகாவுக்கு ஒரு குட்டிப் பயணம்   17

கோஸ்ட ரிகாவைப் பற்றிய சிறு குறிப்பு   18

ஒரு இனிய தொடக்கம்   23

வீடு ஆடுமா?   27

சான் ஓசேயில் ஒரு பட்டறையும் சில
மனிதர்களும்   32

தொடர்ந்த நாளின் சிறந்த நினைவுகள்   39

சான் ஓசேயிலிருந்து புயர்தோ வியகோவிற்கு   45

இது நாடா இல்லை காடா!   51

ககுயிட்டா தேசியப் பூங்கா   55

சாக்லெட் பிடிக்குமா?   59

ஆன்றாவின் கையில் ஒரு சிலந்தி   65

அங்கே ஓர் உழவர் சந்தை   71

மன்சானியோ கடற்கரை   77

சென்று வருகிறேன் புயர்தோ வியகோ!   81

பிரான்சிஸ்கோ வீட்டில் மீண்டும் ஒரு நாள்   86

கிளம்பும் நாள் வந்துவிட்டது!   91

புரா விடா!   98

II. மேலும் சில பயணங்கள்   **103**

முந்நாட்டுப் பாலம்   104

பான்ஃப், கனடா   110

மூச்சா, பேச்சா?   114

அருட்பெருஞ்சோதி தனிப்பெருங்கருணை!   125

ஜெர்மெனிக்கு முதல் பயணம்   130

நார்வே - சுற்றமும் நட்பும்   139

செயிண்ட் பார்த்தலெமிக்கு
முதல் பயணம் (2021)   149

செயிண்ட் பார்த்தலெமி
இரண்டாம் பயணம் (2022)   155

வாண்டான் விடுதி மாட்டுப் பொங்கல்   163

அணிந்துரை - கவிஞர் ஸ்டாலின் சரவணன்

வாளிப்பான இலைகளில் பச்சை நரம்புத்தடத்தில் ஒரு எறும்பின் பயணம்!

"கோஸ்ட ரிக்காவுக்கு ஒரு குட்டிப் பயணம்" என்று இந்நூலின் முதற்பகுதிக்கு சுந்தர் பாலசுப்ரமணியன் மிகுந்த பணிவோடு தலைப்பை வைத்திருக்கிறார். பயணக் கட்டுரை குறித்து தமிழில் நூல்கள் எழுதத் தொடங்கி 150 ஆண்டுகள்தான் இருக்கும் என்று எண்ணுகிறேன். ஆனால் பயணக் குறிப்புகள் நிறைய எழுதப்பட்டுள்ளன. இந்நூல் குட்டிப் பயணம் மட்டும் அல்ல. ஆழமானக் கேள்விகள், அற்புதமான தகவல்களுடன் நம் கையில் இருக்கும் முக்கியமான எழுத்து. எழுத்து இலக்கியங்களில் புதிய வகைமையை முன்னோர்களின் கைப்பற்றிக் கண்டடைய முயன்று உள்ளார்.

பயணத்திற்கான வழிகாட்டிகளாக நிறைய யூடியூப் சேனல்கள் இன்று வந்துவிட்டன. எங்கு தங்குவது, எதில் பயணிப்பது, எந்த உணவகத்தில் சாப்பிடலாம் என்றெல்லாம் அதில் கூறுவார்கள். ஆனால் ஒரு நாட்டிற்கு சென்று வந்த பயணத்தை இவ்வளவு ஆழமாக, அர்த்தபூர்வமாக எழுதுபவர்கள் மிகக் குறைவு. அந்த மிகக்

குறைவில் தனக்கான ஒரு இடத்தை இந்த நூலின் மூலம் சுந்தர் பாலசுப்பிரமணியன் கோரி இருக்கிறார்.

பயணத்தை வீட்டிலிருந்து தொடங்கி வீட்டில் முடிக்கிறார். நாம் எவ்வளவு தொலைவு பயணித்தாலும் திரும்பி வந்து சேர ஒரு வீடு இருக்கிறது என்று நம்பிக்கை ஒரு மனிதனுக்கு அவசியமாகிறது. மூச்சுப் பயிற்சி வகுப்புகளை எடுப்பதற்கான பயணமாக இருந்தாலும், எத்தனை எத்தனை மனிதர்கள், எவ்வளவு அனுபவங்கள், அவற்றை சிக்கல் இல்லாமல் தெளிந்த நடையில் முன்வைக்கிறார்.

தொடக்கத்தில் கோஸ்ட ரிக்காவின் நிலப்பரப்பு, வேளாண்மை, அரசியல், சுற்றுச்சூழல் குறித்து வலுவான அறிமுகத்தை தந்து விடுகிறார். இவ்வறிமுகம் நமக்கு கோஸ்ட ரிக்காவை பன்முகப் பார்வையில் புரிந்துகொள்ள வழி வகுக்கிறது.

சித்தர் பாடல்கள் புத்தகத்தைப் பயணங்களில் கொண்டு செல்வதை வழக்கமாக வைத்திருக்கிறார். அப்பாடல்கள் அவர் பயணமெங்கும் பின்னணியில் ஒலித்துக்கொண்டே இருப்பதைப் போன்ற உணர்வை நமக்கும் தந்துவிடுகிறார். "யாதும் ஊரே யாவரும் கேளிர்" என்ற கணியன் பூங்குன்றனாரின் வரியை கோஸ்ட ரிக்கா காடுகளிலும் எதிரொலிக்கச் செய்கிறார். நாடு கடந்த தமிழ்த் தொண்டு.

பயணங்கள் செய்யும் போது அதிகம் பேசக்கூடாது, அமைதியாக உள்வாங்க வேண்டும் என்று சிலர் எழுதுவார்கள். சுந்தர் பாலசுப்ரமணியன் செல்லும் இடமெல்லாம் மனிதர்களோடு உரையாடுகிறார்.

அவர்களுக்கு உதவுகிறார். அவர்களின் சொற்களுக்குச் செவி சாய்க்கிறார். உணவுகளை மட்டுமல்ல உணர்வுகளையும் பகிர்ந்து கொள்கிறார்.

சுந்தர் பாலசுப்ரமணியன் சொந்த ஊர் மண்ணை அளவு கடந்து நேசிக்கக் கூடியவர். அதை நான் அறிவேன். பாசத்தில் மண்ணை தேகமெங்கும் அள்ளிப் பூசிக்கொள்ளத் தயங்காதவர். அதனால்தான் ககுயிட்டா தேசிய பூங்காவுக்குச் செல்லும் வழியில் நிறைந்திருக்கும் தென்னை, வாழைகள் அடர்ந்து வளர்ந்து இருக்கும் சாலையைப் பார்த்தவுடன் திருவாரூர், மன்னார்குடிக்கு அவர் மனதின் கால்கள் ஓடிவருவதை அவரால் தடை செய்ய இயலவில்லை.

அந்த நேசம்தான் கரீபியன், பெரு, லத்தீன் அமெரிக்கா அல்லது கருப்பின மக்கள் சுவடுகள் இருக்கும் இடமெல்லாம் தமிழ்ச் சாப்பாட்டின் ஆதிவேரின் மணத்தை அவர் நாசியால் உணர வைக்க முடிகிறது.

உயரப் பறந்தாலும் மரத்தைத் தேடியே பறவையின் மனம் திரும்புகிறது.

சுந்தர் பாலசுப்ரமணியன் பயணத்தில் எதையும் ஒளிக்க எண்ணவில்லை. எல்லாவற்றையும் நம் முன்பாக பக்கங்களாக வைத்துவிட்டு, கைகளை கட்டிக் கொண்டு அமர்ந்து, சிரித்தபடி நாம் வாசிப்பதை கண்கொண்டு அவர் பார்த்துக் கொண்டிருப்பதாகத்தான் வாசிப்பின் போது உணர்ந்தேன். அவர் எப்படிப் பேசுவாரோ அப்படியே எழுதுகிறார். இது வாசகனுக்கு ஒரு இனக்கத்தை தருகிறது.

அவரது உள்ளத்தின் உண்மை ஒளி வார்த்தைகளில் வெளிச்சம் பாய்ச்சியிருக்கிறது. ஒரு பயணக் கட்டுரையை வாசித்த உடன் அந்தப் பகுதிக்கு நாமும் செல்ல வேண்டும் என்ற உந்துதல் ஏற்படுவது வழக்கமானது. ஆனால் இந்நூலை வாசித்த போது அந்த நாட்டுக்கே வசிக்கச் சென்றுவிடலாம் என்று தோன்றுகிறது.

பார்ப்பதை அப்படியே வரிகளாக வைத்துவிடவில்லை. பத்திகளுக்கு இடையே தனது மன ஓட்டங்களையும் வைத்துக்கொண்டே செல்கிறார். அது ஆழ்ந்த சிந்தனையை நமக்குள் கிளர்த்துகிறது. "அழகு மகிழ்ச்சியானது. சிரத்தை அழகினை உருவாக்குகிறது" என்று அவர் கூறுமிடம், அழகின் ஆன்மாவை நம் மனக்கண்களால் பார்க்க முடிகிறது. "கோஸ்ட ரிக்கா பறவைகளின் ஒலியில் எழுவது மகிழ்வு" என்ற வரியை வாசித்ததும் நமக்கான ஏக்கத்தைக் கூட்டுகிறது. அதை வாசித்தவுடன் நமது காலை அலாரா எண்களை விரல்கள் முன் நகர்த்துகின்றன. நம் ஊர்ப் பறவைகளின் அதிகாலை ஒலியைக் கேட்கத் தூண்டுகிறது.

வரலாற்றில் மறக்க முடியாத வியட்நாம் போரின்போது அழுது கொண்டே ஆடை இல்லாமல் ஓடிய சிறுமி, இப்போது கனடாவில் வசிக்கும் தகவலை ஒரு பத்தியில் எழுதி இருக்கிறார். மிகுந்த ஆச்சரியம். இது போன்ற நிறைய இயற்கை, தியானம், வரலாற்றுத் தகவல்கள் உள்ளன.

கோஸ்ட ரிக்காவில் 'கைத்தல நிறைகனி' பாடலை சுந்தர் பாட பதிலுக்கு அங்குள்ள அவரது நண்பர் எட்கர், 'மங்கலம்' என்றொரு பாடலைப் பாடுகிறார். இசைக்கு

ஏது மொழி என்பதை அர்த்தப் பூர்வமாக இதன் வழியே நாம் உணர முடிகிறது.

வெறும் கட்டுரை எழுத்து என்று மட்டும் இதனை பார்க்க முடியவில்லை. ஒரு குறு நாவல் போல எழுத முயன்றுள்ளார். வாசித்து முடித்த பிறகு இதில் வரும் மனிதர்களும் கதைப் பாத்திரங்கள் போலவே நம் மனதை விட்டு நீங்க மறுக்கிறார்கள். சுந்தர் கூட அப்படித்தான். சுந்தர் என்ற பாத்திரத்தை சுந்தர் என்பவரே எழுதினாரோ என்று ஐயம் கொள்ள வைக்கிறது.

நாடு விட்டு நாடு போனாலும் அன்னாசியை உப்பு, மிளகு போட்டு சாப்பிடும் இவர் நாக்கு எப்போதும் நம் மண் ருசியையே நினைத்திருக்கிறது. மூச்சுப்பயிற்சி குறித்த விவரணைகள், அங்கு இருக்கும் மனிதர்களுக்கு இருக்கும் தியான அறிவு படிப்பவர்களுக்கு தங்களது உடல், உள்ள நலனின் அவசியத்தை விழிப்படையச் செய்கிறது.

கோஸ்ட ரிக்காவின் தாவரங்கள், பறவைகள், பூச்சிகள் குறித்தான எழுத்தெல்லாம் மிகுந்த கவனத்துடன் கையாளப்பட்டுள்ளன. ஒரு சிலந்தி அதன் எச்சில் வலையால் புல்லட் ப்ரூப் ஜாக்கெட் செய்யப்படுகிறது என்ற தகவல்களெல்லாம் நம்மை ஆச்சரியத்தில் ஆழ்த்துகிறது. எந்த ஒன்றையும் வேறு வேறு செய்திகளோடு ஒப்பிட்டு எழுதுவது சாதாரணமல்ல. அதற்கான நிறைய உழைப்பு தேவையாய் இருக்கிறது. மேலும் அவரது மனதைப் போலவே எழுத்தில் இருக்கும் அமைதியும் படிப்பவர்களின் மனதிலும் நிலவுகிறது.

குறிப்பாக அந்நாட்டின் இயற்கை வளம் தரும் பசுமை, நாட்டில் இருக்கும் மனிதர்கள் வாழ்விலும் பரவியுள்ளது.

உலகம் முழுவதும் மக்களின் வாழ்வு ஏதோ ஒரு சரடில் ஒன்றாகவே இருக்கிறது. மொழி, உணவுப் பழக்கங்கள், ஆடை அணியும் வழக்கங்கள் இதில் நாம் ஒவ்வொரு பகுதியிலும் மாறுபடலாம். எல்லோரும் அங்கங்கே இருக்கும் புள்ளிகளாக இருக்கலாம் . ஆனால் நாம் எல்லோரும் அவ்வப்போது சந்திக்கும்படியான வாழ்வியலில்தான் இருக்கிறோம். அன்பும் அரவணைப்பும் எல்லோர் கைகளுக்கும் பழகிய ஒன்றுதான். இதை இப்புத்தகத்தின் பல பக்கங்கள் நிரூபணம் செய்கின்றன.

சாக்லெட் பண்ணை குறித்து எழுதப்பட்ட பத்திகள் மிகுந்த சுவாரஸ்யமானவை. அதை எவ்வாறு தயாரிக்கிறார்கள் என்று விவரிக்கும் நூலாசிரியர் அதை எவ்வாறு சாப்பிட வேண்டும் என்றும் சுவைபடக் கூறுகிறார். சாக்லெட்டை உடைத்துச் சாப்பிட வேண்டும். அதன் சத்தம் முக்கியம். அதை உடைத்து, முகர்ந்து நாக்கில் சுவைப்பதுதான் முழுமை பெறும் என்று அவர் கூறுமிடத்தில் இனிமை படர்கிறது.

கோஸ்ட ரிக்காவின் உழவர் சந்தைக்கு ஒரு பக்கத்தில் கூட்டிச்செல்கிறார்.அங்குசென்றபிறகும்அணிகலன்களை அறிமுகம் செய்வதோடு மனிதர்களிடம் பேசத் தொடங்கி விடுகிறார். அவர்களின் கதைகளை நமக்கும் பகிர்கிறார். அவருக்கும் மனிதர்களுக்குமான உறவானது அவ்வளவு இணக்கமாக இருக்கிறது. நேசத்தின் கைகளை உலக வரைபடம் எங்கும் அலையவிடும் ஆவல் அது.

ஒரு இடத்தில் ஒரு பெண்ணைச் சந்திக்கிறார். அந்தப் பெண் இவர் ஏற்கனவே சந்தித்த ஒரு மனிதரைப் பற்றிய புகாரைக் கூறுகிறார். அப்போதும் அந்த மனிதர் மீது இவர் ஆத்திரம் கொள்ளவில்லை. எல்லா வானங்களிலும் மேகத்தின் இருள் உண்டுதானே என்று தனக்குத்தானே ஆற்றுப்படுத்திக் கொள்கிறார். அன்பின் சுடரால் இருளை விரட்டும் எத்தனம் இது.

காட்டில் உலவும் போது மரம் சொரியும் பூக்களை குருவின் ஆசிர்வாதமாக கருதுகிறார். மேலும் தன்னை அற்புதங்களை நம்பும் பைத்தியக்காரர் என்று அறிவித்துக் கொள்கிறார்.

கோஸ்ட ரிக்காவின் சாலைகளில், உணவகங்களில், மனிதர்களில், காடுகளில், மரங்களில், அதன் கூடுகளில் நிறைய அற்புதங்களை இந்நூல் சாத்தியப்படுத்தியுள்ளது. இந்தப் பைத்தியக்காரத்தனங்களை இப்படியே ஒவ்வொரு நாட்டுக்கும் அவர் கூட்டிச் செல்ல வேண்டும். அதன் வழியே அற்புதங்களைத் தந்து கொண்டே இருக்க வேண்டும்.

சுந்தர் பாலசுப்பிரமணியனுக்கு ஆழ்ந்த தேடல் இருக்கிறது. அது அவரைப் பயணம் செல்ல உந்தித் தள்ளுகிறது. இந்தப் பயணத்தில் அவர் நெஞ்சாரக் கொண்டு வந்ததைக் கூட அவருக்கானதாக மட்டுமே வைத்துக் கொள்ளக் கூடாது என்று எண்ணியுள்ளார். பயணம் முடிந்து வீடு திரும்பியவுடன் பெட்டிகளைக் காலி செய்வது போல அத்தனையையும் எழுத்தில் கொட்டி இருக்கிறார். அதற்கு அவரது மனமும், எழுத்தும் துணை செய்துள்ளது.

ஆகவே அவரது பைத்தியக்காரத்தனங்கள் தொடரட்டும். அற்புதங்களைக் கண்டறியட்டும். எழுத்தெங்கும் ஒளிரட்டும்.

- ஸ்டாலின் சரவணன்

stalinsaravanan@gmail.com

91 - 98425 05065

என்னுரை

உங்களைப் போலவே எனக்கும் ஊர் சுற்றுவதன்றால் பிடிக்கும்! சிறு வயதில் வீட்டிலேயே நான் தங்குவதில்லை, வெளியிலேயேதான் விளையாடிக்கொண்டிருப்பேன். அப்பா வெளியிலிருந்து வரும்போது நான் வீட்டில் இருப்பதை அவர் பார்த்தால் வியப்படைந்து, என்னடா வெளியிலே வெய்யில் வீணாகிக் கொண்டிருக்கிறது நீ இங்கே இருக்கிறாய் என்று கேலி செய்வார். இப்போதும் அதேதான். ஆனால் என்ன, வட்டம் கொஞ்சம் பெரிதாகியிருக்கிறது. தெருவைச் சுற்றி ஓடிக்கொண்டிருந்த டயர் வண்டி இப்போது உலகைச் சுற்றி ஓடிக்கொண்டிருக்கிறது.

வெவ்வேறு ஊர்களுக்கும் நாடுகளுக்கும் செல்லும்போதெல்லாம் எழுதவேண்டும் என்ற நினைவு வந்தபடியே இருக்கும். ஆனால் ஏனோ அதனைத் தொடர்ச்சியாகச் செய்யவில்லை. 2003 வாக்கில் நண்பன் தங்கமணியின் அறிமுகத்தில் வலைப்பதிவு எழுதத் தொடங்கினேன். அதில் பல வருடங்கள் என்னுடைய பயணங்களைப் பற்றியும், நிகழ்வுகளைப் பற்றியும் எழுதிவந்தேன். ஈழப்போரின் 2009ஆம் ஆண்டின் நிகழ்வுகளின் அதிர்வில் பொழுதுபோக்கு எழுத்துக்கள் நின்றுபோயின. அந்த மனச்சிதைவிலிருந்து

மெல்ல மீண்டுவர மூச்சுப் பயிற்சியே எனக்குத் துணையாயிருந்தது. பின் வந்த ஆண்டுகளில் அதையே எனது பணியின் ஆராய்ச்சியிலும் கலந்துவிட முடிந்தது மகிழ்ச்சி. மூச்சுப் பயிற்சியின் பயன்கள், அறிவியல், முறைகள் என்பவற்றைப் பிறருடன் பகிர்ந்துகொள்ளும் வாய்ப்பும் கிடைத்தது.

மூச்சுப் பயிற்சிப் பட்டறைகள் பல்வேறு இடங்களிலும் நடந்ததால் அங்கங்கே பயணமாகும் இனிய அனுபவமும் வாய்த்தது. அவற்றை ஓரளவுக்கேனும் முகநூலில் பகிர்ந்து வருகிறேன். நிறைய எழுதமுடியவில்லை என்றாலும் சில படங்களைப் போட்டு ஒரு பத்தியாவது எழுதிவிடுவேன். இந்த முறை, 2023 மார்ச் மாதத்தில், கோஸ்ட ரிகாவுக்குச் சென்றபோது நான் கண்டுணர்ந்தவற்றைத் தினந்தோறும் எழுதினேன். அதுவே இந்த நூல். எதிர்வரும் காலங்களில் அடுத்தடுத்த பயணங்களையும் பதிய விரும்புகிறேன். எழுத்தில் ஏதேனும் பிழைகள் இருந்தால் அவற்றைப் பொறுத்துக்கொண்டு குறைநிறைகளைப் பகிர்ந்துகொள்ளுமாறு அன்போடு வேண்டுகிறேன். இந்த கோஸ்ட ரிகா பயணத்தில் உறுதுணையாக இருந்த யோகா மந்திர் எட்கார், மற்றும் அமாசெர் ஆவணி ஆகியோருக்கு என் மனமார்ந்த நன்றி.

நிற்க. இப்படித்தான் இந்த நூலை முடித்துவிட நினைத்திருந்தேன். ஆனால், திடீரென்று ஒரு யோசனை - இதற்கு முந்தைய பயணங்களைப் பற்றி இவ்வளவு விரிவாக இல்லையென்றாலும் கொஞ்சமேனும் எழுதியிருக்கிறோமே, அவற்றையும் இதிலே இணைத்துவிடலாம் என்றொரு எண்ணம்

உதித்தது. எனவே, கடந்த சில ஆண்டுகளில் நிகழ்ந்த பயணங்களின் பதிவுகளையும் இதில் இணைத்துள்ளேன். உங்களுக்கும் பிடிக்கும் என நினைக்கிறேன். இந்தப் புத்தகத்தில் குறிப்பிடப்பட்டுள்ள இடங்களின் மேலதிகப் படங்களையும் விழியங்களையும் உள்ளே இருக்கும் இரண்டு க்யூ ஆர் குறியீடுகளின் (QR codes) வழியே கண்டு மகிழலாம்.

இந்த நூலுக்கு அணிந்துரை செய்த தம்பி, எங்கள் ஊரின் கலைச் சொத்து, கவிஞர் ஸ்டாலின் சரவணனுக்கும் அவரது அணிந்துரைக்கும் என் மனமார்ந்த நன்றி. அவர் பல நூல்களை எழுதியவர், கற்றவர். அவரது விமரிசனங்களை - அவை திரைப்படங்களோ, நூல்களோ எதுவாயினும் அவற்றை - வாசிப்பதே ஒரு அழகிய அனுபவத்தைத் ஏற்படுத்தும். ஒவ்வொன்றையும் ஆழ்ந்து வாசித்து, அல்லது படமாக இருந்தால் அதனைக் கட்டம் கட்டமாகப் பார்த்து அதன் நுணுக்கங்களை எழுதுபவர் ஸ்டாலின். இந்தப் புத்தகத்திற்கு அவர் அளித்திருப்பது வெகு இயல்பாகவும், அதே நேரம் சிரத்தையோடும் செய்யப்பட்ட அணிந்துரை. அவரது அணிந்துரையைப் படிக்கும்போது எனக்கே இந்நூலை இன்னொருமுறை வாசிக்கலாமா என்று தோன்றுகிறது! இது ஒரு அணிகலனைப் போலவே இந்நூலுக்கு அழகேற்றுகிறது. ஜெயகாந்தன் தனது முன்னுரைகளை நூலாக்கியதைப் போலவே ஸ்டாலின் சரவணன் தனது அணிந்துரைகள் மற்றும் விமரிசனங்களை நூலாகப் படைக்கவேண்டும் என்பது எனது கோரிக்கை. மிகுந்த நன்றியும் அன்பும் தம்பி!

இந்தப் புத்தகத்தை அழகுற அச்சிட்டு வெளியிடும் நோஷன் பிரஸ் நிறுவனத்துக்கு என் நன்றி.

எப்போதும்போல் என் பயணங்களின்போது அப்பாவாகவும் இருந்து குடும்பத்தைக் கவனித்துக்கொள்ளும் ஜானகிக்கும், எப்போதும் குழந்தைகளாக மட்டுமே இருக்கும் பிள்ளைகளுக்கும் என் அன்பு.

நன்றி!

அன்புடன்

சுந்தர் பாலசுப்ரமணியன்

ı. கோஸ்ட ரிகாவுக்கு ஒரு குட்டிப் பயணம்

கோஸ்ட ரிகாவைப் பற்றிய சிறு குறிப்பு

கோஸ்டரிக்கா, பல பேருக்கு உலகக் கோப்பைக் கால்பந்து மூலமாக மட்டுமே அண்மையில் அறிமுகமாகியிருக்கும் ஒரு சிறு நாடு. சுமார் 50 லட்சம் பேர் மட்டுமே வசிக்கும் ஒரு மத்திய அமெரிக்க நாடு. வட அமெரிக்காவுக்கும் தென்னமெரிக்காவுக்கும் நடுவே ஓடும் பாலம் போன்ற ஒரு நிலப்பரப்பில் நடுவில் இருப்பது கோஸ்ட ரிக்கா. வடக்கே நிகராகுவா, தெற்கே பனாமா. கிழக்கில் இருப்பது கரீபியன் கடல், மேற்கே இருப்பது பசிபிக் பெருங்கடல். ஒரு வித்தியாசமான நில அமைப்பு. அதனால் பெருகிக் கிளைத்திருக்கும் சுற்றுப் புறச் சூழலமைவு. நிறைய மலைகள், கொஞ்சமே நிலப்பரப்பு. நாடு முழுதும் காடுகள். காடுகளில் செழித்தோங்கியிருக்கும் பல்லுயிர்ப் பெருக்கம். தாவரங்களும், விலங்குகளும், சின்னஞ்சிறு பூச்சியினங்களும் காடுகளுக்குள் என்றால், இருபுறமும் அலைமுழங்கும் கடல்களிலோ மீன், திமிங்கிலம், சுறா என்று பற்பல நூறாய்ப் பெருகியிருக்கும் உயிரிகள்.

இன்றைக்குச் சுமார் நூற்றைம்பது ஆண்டுகளாகவே மக்களாட்சி நடக்குமிடம். தென்னமெரிக்காவின் மாயன் நாகரிகத்தைப் போல, இங்கே பெரிதும் தழைத்திருந்த

நாகரிகமோ அதன் கட்டிட எச்சங்களோ இங்கே இல்லை. பழங்குடியினர் இருந்திருக்கலாம், அமைதியாகக் காடுகளுக்குள். கொலம்பசுக்குப் பிறகுதான் அங்கே நடமாட்டம் அதிகரித்திருக்கவேண்டும். ஸ்பெயின் நாட்டிலிருந்து வந்து குடியேறியோர் 1770களில் தாமாக விவசாயம் செய்தும் கால்நடை வளர்த்தும் வாழ்வை ஆரம்பித்திருக்கிறார்கள். அங்கே சுமார் 1820களில் காபி ஒருபணப்பயிராக அறிமுகமானது. இங்கிலாந்துக்குக் காபி வேண்டும். கோஸ்ட ரிகாவின் சூழல் அது விளைவதற்குச் சாதகமான இடம். இரண்டுக்கும் தொடர்பேற்பட்டது. கோஸ்ட ரிகாவில் வாணிகம் கொழித்தது. கோஸ்டா என்பது கடற்கரை, கோஸ்ட். ரிகா என்பது ரிச் அதாவது செல்வ வளம். அது ஒரு காரணப் பெயராக அப்போது இல்லை. ஒரு நம்பிக்கையில் வைத்திருக்கிறார்கள்.

தொடக்கம் முதலே கோஸ்டரிகாவில் மக்களாட்சிதான். மதத்துக்கும் அரசியலுக்கும் தொடர்பறுத்த தூய்மை. கல்வி வேண்டும் என்ற விழிப்பு. மெக்சிகோவுடன், பிற மத்திய அமெரிக்க நாடுகளுடன் அவ்வப்போது கூட்டாகவும் பின் சுதந்திரமாகவும் இருந்த அரசியல் தொடர்ச்சி. அமைதியான கோஸ்ட ரிகாவின் விவசாய மற்றும் காபிப் பொருளாதாரத்தில் திளைத்தவர்களே அரசியலிலும் ஈடுபட்டவர்களாக இருந்திருக்கலாம். அந்நிலையில்தான் 1940களின் பிற்பகுதியில், குறிப்பாக 1948ல் ஒரு குடிமைப் புரட்சி நடந்தது. கால்டரோன் என்றொரு அதிபர் தனது ஆட்சி முடிவுக்கு வந்தபின்பு தனது தலையாட்டி ஒருவரை ஆட்சியில் அமர்த்தினார். அதனை விரும்பாத மக்கள் அடுத்து நடந்த தேர்தலில்

வேறொரு பத்திரிகையாளரை வெல்லச் செய்தனர். இதைப் பொறுக்காத கால்டரோன் குழுவினர் கம்யூனிச நாடுகளான அண்டைநாடுகளுடன் சேர்ந்து அதிபர் மாளிகையை எரித்தனர், தேர்தல் செல்லாது என்றனர். இந்நிலையில்தான் டான் பெப்பே எனப்படும் கதாநாயகர் மக்களைத் திரட்டிப் போராடுகிறார். சில வாரங்களே நீடித்த இந்தப் போரில் கால்டரோன் கம்யூனிசக் கூட்டணி பின்வாங்க, டான் பெப்பே அதிபராகிறார். 18 மாதமே ஆட்சியில் இருந்துவிட்டு, அந்தப் பத்திரிகையாளரிடம் ஆட்சியை ஒப்படைக்கிறார். இந்த 18 மாதத்தில் பல்வேறு முன்னேற்றத் திட்டங்களை சட்டங்களாக இயற்றுகிறார். கறுப்பின மக்களுக்கான குடியுரிமை, பெண்களுக்கான உரிமைகள், கல்வி என்று அருமையான திட்டங்களைச் செயல்படுத்துகிறார். அவற்றுள் தலையாயது, 1949ல் கலைக்கப்பட்ட இராணுவம். படையிருந்த வீடுகள் பள்ளிக்கூடங்களாயின. இன்றுவரை கோஸ்ட ரிகாவில் இராணுவம் இல்லை. ஆயினும் வன்முறையில்லாத நாடு. மகிழ்ச்சித் தர வரிசையில் 23ஆவது இடத்தில் உலகின் முன்னோடி.

1960 வாக்கில் காடுகள் எக்கச்சக்கமாக அழிக்கப்பட்டிருந்தன. அப்போதுதான் காடுகளைக் காக்கும் நடவடிக்கைகள் ஆரபிக்கப்பட்டன. காடுகள் அழிக்கப்பட்டதற்கு முக்கியமான காரணங்கள் மாடு வளர்ப்பு. அமெரிக்காவின் பர்கர் கிங் நிறுவனத்தின் 60 சதவீத இறைச்சி இங்கிருந்துதான் ஏற்றுமதியானது. தாங்குமா காடுகள். அழிந்துபோன நிலையிலிருந்து சட்டங்களின் மூலமும், நலத் திட்டங்கள் மூலமும்

மீளுருவாக்கம் பெற்றன காடுகள். இன்று நாட்டின் கால்வாசி பாதுகாக்கப்பட்ட காடுகள்தாம்! ஏராளமான தேசியப் பூங்காக்கள். எரிமலைகள், ஆறுகள், அருவிகள், மலைகள், கடற்கரைகள் என்று இயற்கை எழில் கொஞ்சுவதைப் பார்க்க உலகமே ஓடி வருகிறது. அமெரிக்காவிலிருந்து மட்டும் 10 லட்சம் பேர் ஒவ்வொரு ஆண்டும் வருகிறார்களாம்.

இதெல்லாம் முன்னுரை. கிளம்புவதற்கு முன்பு நிறைய பாட்காஸ்டுகளைக் கேட்டேன். பாதுகாப்பான நாடு, வன்முறை குறைவு, குழந்தைகளோடு செல்ல ஏற்ற இடம், முதன்முதலில் வெளிநாட்டுக்குப் போகவேண்டும் என்றால் இங்கு செல்லுங்கள் என்கிறார்கள். செலவு குறைந்த இடம். இவ்வாறாகப் பற்பல நல்ல செய்திகள் இந்நாட்டைப் பற்றி. அமெரிக்க அதிபர்களில் இதுவரை ஜான் கென்னடியும், பராக் ஒபாமாவும் வந்திருக்கிறார்களாம்.

அங்குதான் இரண்டு இடங்களில் மூச்சுப் பயிற்சிப் பட்டறைகள் ஏற்பாடு. ஒன்று எட்கார் நடத்தும் யோகா மந்திர் என்ற இடத்தில், அது சான் ஓசே, தலைநகரில் இருக்கிறது. அதன் பிறகு புயெர்த்தோ வியோ அல்லது புயெர்த்தோ வியகோ என்ற தலமாங்கா பகுதி நகரில் ஒரு பட்டறை. அதனை ஏற்பாடு செய்வது ஆவணி கில்பர்ட்.

ஒரு இனிய தொடக்கம்

காலையில் சார்ள்ஸ்டனிலிருந்து வீட்டிலிருந்து கிளம்பினேன். வழக்கம் போல எட்டு மணிக்குக் கிளம்ப வேண்டும் என்றால் ஏழு மணி வரை கணினியை நோண்டிக்கொண்டிருந்தேன். வீட்டுக்காரம்மா வந்து விரட்டிவிட்டார். அரக்கப் பரக்கக் குளித்து முடித்த பிறகுதான் முடி கொஞ்சம் நீளமாக இருக்கிறதோ, வெட்டியிருக்கலாமோ என்று தோன்றியது. கோஸ்ட ரிகாவில் வெட்டிக் கொள்ள வேண்டியதுதான். நகத்தைப் படக் படக்கென்று வெட்டித் தள்ளி, உடுத்தி, நான்கு தோசைகளை விழுங்கி, மறந்து போக இருந்த செருப்பையும், இன்னொரு பூப்போட்ட சட்டையையும் சூட்கேசுக்குள் ஒரு பக்கமாகத் திணித்து, ஏழே முக்காலுக்கு வண்டியைக் கிளப்பிவிட்டேன்.

சொன்னால் யார் கேட்கிறார்கள், நம்ம வண்டி கன் பார்ட்டி என்று! கிளம்பும்போது நமது வீட்டின் நாய்ப் பையன் சிம்பா பார்த்துக் கொண்டே நின்றான். என்ன, என்னை எங்காவது கூட்டிக் கொண்டு போவாயா அல்லது நீ மட்டும் போகிறாயா என்று. அவனுக்கு வெளியே ஓட வேண்டும், நடக்க வேண்டும். காடு காடாகச் சுற்ற வேண்டும். ஆளரவமில்லாக் காடுகள் நன்று. முகர்ந்து முகர்ந்து வேர்களையும், மரத் தூர்களையும், புற்களின்

நுனிகளையும் உள்வாங்க வேண்டும். வாசனைகளால் ஆனது அவன் உலகம். பத்து நாள் நான் இல்லையென்றால் ஏங்கிப் போவான் என்று நினைத்தேன். மகள் வந்தாள், என்ன சுந்தரு என்றாள். அப்படித்தான் ஒரு பெரிய மனுசக் குரலுடன் அவ்வப்போது பேசுவாள். அது ஒரு விளையாட்டு. நெஞ்சை நிமிர்த்தி நடந்துவந்தேன். கோஸ்ட ரிகா காரன் வருகிறான் பார் என்றாள். ஈட், ப்ரே, லவ் என்று அம்மாவும் அவளுமாகச் சிரித்தார்கள்.

கிளம்பி விமான நிலையத்திற்கு வந்தோம். என்னை விட்டுவிட்டு ஜானகி கிளம்பினாள். உள்ளே போனபோது ஜெட் புளூ விமானப் பணியாளன் நன்றாகப் பேசினான். கோஸ்ட ரிகாவுக்கா, அங்கே எப்படி இருக்கிறது என்றான். இனிதான் பார்க்க வேண்டும் என்றேன். ஓ அப்போ நீ அந்த ஊர் இல்லையா என்றான். நான் உள்ளூர்தான் என்றேன். என்னைக் காண்பவர்களுக்கு நான் ஒரு தென்னமெரிக்கக் காரனாகவோ அல்லது கரீபியனாகவோ தெரிவேன். சிலர் வந்து ஸ்பானிஷ் மொழியில் என்னிடம் ஏதோ பேசுவார்கள். அதுபோல அமெரிக்காவில் நிறைய அனுபவங்கள். முன்னமேயே வந்துவிட்டதனால் இரண்டு மணி நேரமாவது இருந்தது. வயோதிகர்களுக்கான ஒரு ஆராய்ச்சித் திட்டம் குறித்த வேலையொன்றைச் செய்து முடித்தேன், சில மின்னஞ்சல்கள் என்று வேலைகளைச் செய்துகொண்டிருப்பது விமானநிலையத்தின் அலுப்பைப் போக்கிவிடும்.

சித்தர் பாடல்கள் புத்தகம் பயணங்களில் என்னுடனேயே வைத்திருக்கிறேன். மூச்சு இப்போதெல்லாம் ஆடுவதில்லை, ஓடுவதில்லை.

ஒடுங்குவதைப் பார்க்கிறேன். பிராணாயாமம் என்ற மூச்சினை ஒழுங்குபடுத்தும் பயிற்சி ஒரு மைல்கல்தான், அதுவே போக்கிடம் இல்லை. மெல்லப் பயணிப்பது மூச்சு. அது சென்று சேர்க்கும் இடம் வேறு. யானாகிய என்னை விழுங்கி வெறும் தானாய் நிலை நின்ற தற்பர நிலைக்குக் கொஞ்சம் கொஞ்சமாக மேலழைத்துச் செல்வது. சித்தர் பாடல்களில் இன்று படித்தது பாம்பாட்டிச் சித்தரின் பகுதி. ஆடுகின்ற பாம்பு மேலே செல்வது, அதனைக் குடத்துக்குள் அடைப்பது, அக்கினியை ஏற்றுவது, உணர்வது என்று அனைத்தையும் விளக்குகிறார். அந்தக் கரணங்களைக் கடந்து, அவை கரைந்து, நான் கரைந்து, மூச்சாகவும், வெறும் சக்தியாகவும் அல்லது ஞானமாகவும் இருப்பதுதான் உயர்நிலையா. இதுதான் விடுதலையா. ஆச்சரியமாக இருக்கிறது. விடுதலை என்பது இவ்வளவு சுலபமானதா.

நியூயார்க் ஜே.எப்.கே விமான நிலையத்தில் வந்து இறங்கியபோது நல்ல வேளையாக இறங்கிய இடத்துக்கு அருகிலேயே அடுத்த வண்டிக்கான இடமும் இருந்தது. என்ன பிரச்சினை என்றால், அமெரிக்காவின் கீழேயிருந்து மேலேறி, பிறகு மேலிருந்து கீழ் வெளியைக் கடந்து மத்திய அமெரிக்காவுக்குப் பறக்கிறேன். டிக்கட் அப்படி. இருக்கட்டும். அடுத்த முறை வேறு மாதிரி, அதாவது அட்லாண்டா அல்லது மயாமி வழியாகச் செல்லவேண்டும். நேரம் குறையும். குடும்பத்தோடும் செல்ல வேண்டும் என்பது ஒரு அவா.

நியூ யார்க் விமான நிலையத்தில் விமானத்துக்குள் செல்ல நின்றிருந்தபோது அருகில் ஒரு பெண் நின்றாள்.

அவள்ஒருநியூயார்க்காரி.முதன்முதலாகவெளிநாட்டுக்குச் செல்கிறாள்.பிறந்தநாள்பரிசாம்.கறுப்பினப்பெண்ணாகத் தெரிந்தாள். எங்கெங்கெல்லாம் செல்லவேண்டும் என்ற திட்டமெல்லாம் பெரிதாகப் போடவில்லை அவள். ஆனாலும் உற்சாகமாகக் கிளம்பியிருக்கிறாள். அவளைப் போலவே இன்னொருத்தியும் வரிசையில். ஒரு குதூகலமான மனநிலையில் அங்கிருந்தோர் இருந்தனர் என்பதாக என் மனம் பார்த்தது. சுமார் ஐந்து மணி நேர விமானப் பயணம் முடிந்து தரையிறங்கியபோது யாரோ ஒரு குழுவினர் பின்னிருந்து கைதட்டி மகிழ்ந்தனர்.

வீடு ஆடுமா?

கோஸ்ட ரிகாவில் இறங்கியபோது உன் வேலை என்ன, எங்கே தங்குவாய், எத்தனை நாள் போன்ற கேள்விகளோடு குடிவரவுச் சோதனை நிறைவு. அதன் பிறகு ஒரு பெரிய ஸ்கேனர் பெட்டிக்குள் நமது பொருட்களை அனுப்பி வெளியே எடுத்தால் சரி. அரை மணி நேரத்துக்குள் வெளியே வந்துவிட்டேன். சோமா என்பவர் எட்காரின் நண்பர், அவர்தான் காரில் அழைத்துச் சென்று எட்காரின் வீட்டில் விட்டார். ற்றடியூசர் (Traducer) என்ற செயலி அவர் ஸ்பானிய மொழியில் பேசுவதை வாங்கி வரி வடிவில் ஆங்கிலத்தில் தருகிறது. இந்தப் பக்கம் எனது வீடு, எனக்கு மூன்று குழந்தைகள், என் அம்மாவின் வீடு இந்தப் பக்கம், இது மியூசியம், இதுதான் சென்றல் அவென்யூ, பார்லிமெண்ட், மியூசியம் இன்னொன்று. பார்த்தாயா வெள்ளிக் கிழமை பார்ட்டி, குடி, கூத்து. போதைப் பொருளும் கூட என்றார். நல்ல மனிதர்.

எட்கார் ஓர்டிஸ் என்பவர்தான் என்னை இங்கே வரவழைத்தது. முன்பொரு முறை நமது வகுப்புக்கு வந்தார். அதன் பிறகு தொடர்பில்லை. இங்கு வரலாம் என்று பலரைத் தொடர்பு கொண்டபோது பிலார் என்பவள் இவரைக் கைகாட்டினாள். அடே இவரை

முன்பே தெரியுமே என்று மகிழ்ச்சி. வந்து இறங்கியபோது எதிர்கொண்டழைத்துத் தழுவிக்கொண்டார். சுமார் 50 வயதிருக்கலாம். ஒல்லியான உடல். நரைத்திருக்கும் முடி, தாடி. வீட்டுக்குள் நுழைந்தபோது அறை முழுக்க இசைக்கருவிகள். மறுபுறம் திரும்பினால் சமையலறை. சட்டிகள் தொங்கும் ஒரு கடையைப் போல அதன் பின்னால் நின்று சூப்பும், சோறும் பரிமாறிக் கொடுத்தார். கொஞ்சமே பசியாயிருந்தேன். நன்றாகச் சொதி போலிருந்தது. சிறிது ப்ராக்கோலியும் பிறகொரு வாழைப்பழமும். அங்கே இன்னொரு நண்பரும் இருந்தார். அவர் பெயர் மெமெ. அவர் கோட்டமாலாவிலிருந்து வந்திருக்கிறார். அங்கே பெரிய யோக விழா நடத்துபவராம்.

எட்காரின் மகன் கனடாவில் இருக்கிறார், குபெக் பகுதியில். எட்கார் இந்தியாவுக்குச் சுமார் 7 முறை போயிருக்கிறாராம். ஆரோவில், மாமல்லபுரம்பிடிக்குமாம். சென்னையில் இருந்திருக்கிறார் சில மாதங்கள். தமிழ்ப் பகுதியில் அவ்வளவுதான். பிறகு ரிஷிகேஷ், நேபாள், கோவா, மைசூர் என்று சுற்றித் திரிந்திருக்கிறார். சென்னையில் இருந்தபோது கூத்துப் பட்டறையில் பயின்றாராம். ஒரு யுனெஸ்கோ நிதியுதவியில் அங்கே போனாராம். கிதார் வாசிப்பேன், கொஞ்சம் மிருதங்கம் தெரியும் என்றார். அருச்சுனன் தபசில் இப்படித்தான் நிற்பான் என்று நின்று காண்பித்தார். கங்கை மிகவும் கோபமான ஆறு, வேகமாக விழுந்தால் பூமி தாங்காதென்று தலையிலே தாங்கினான் சிவன் என்று சொல்லிச் சிரித்தார். பகீரதனின் பெயரையும் தெரிந்து வைத்திருந்தார்.

எட்காரின் வீட்டில் ஒரு பூனை இருப்பதாலும் அது என்னை மூச்சு முட்ட வைக்கும் என்பதாலும் எட்காரின் அப்பாவின் வீட்டில் என்னைத் தங்க வைப்பதாக ஏற்பாடு. அப்பாதான் இந்த நாட்டில் யோகாவை முதன்முதலில் கொண்டுவந்தவர்களில் ஒருவர் என்றார். நல்ல பிள்ளையைத்தான் வளர்த்திருக்கிறார் என்றேன். சும்மா என்றான் மெமெ சிரித்தபடி. அப்பா வீட்டில் ஆனந்தியும் இருப்பார் என்றார். ஓ தமிழரா என்றேன். இல்லை, அது ஆண்டிரியா, அது அவளது புனைப்பெயர். ஆன் என்பது ஆன்மா அந்தம் என்பது அதன் உயர்வு, நிறைவு, ஆன்மா அடையக் கூடிய நிறைவான நிலையே ஆனந்தம் என்றேன். இதை அவளிடம் சொன்னால் மகிழ்வாள் என்றார். பிறகு இருவரும் எட்காரின் அப்பா வீட்டுக்குச் சென்றோம். அப்போது இரவு சுமார் பத்தரை இருக்கும்.

எட்காரின் அப்பாவுக்கு எழுபது வயதாம். அவர் பெயர் பிரான்சிஸ்கோ ஜேவியர் ஒர்டிஸ். முன்னே வந்து வரவேற்றார், வணங்கினேன். அவர் இருக்கும் வீட்டின் பெயர் சுபி மான்ஷன் என்றார் எட்கார். அழகான பெரிய வீடு. கலைக்கூடம் போலத்தான் இருந்தது. இங்கு உனது அறை, இங்கு காலையில் சூரிய வெளிச்சம் வரும், இது குளியலறை என்று காட்டினார். பெட்டியைச் சுமக்கக் கேட்டார். வேண்டாமென மறுத்துவிட்டேன். புத்தகங்களை அடுக்கி எடுத்துச் செல்ல ஒரு சூட்கேஸை எடுத்து வந்தார். ஆனந்தி வந்து அறிமுகமானார். சுமார் 35 வயதிருக்கலாம். அவரிடம் பொருள் விளக்கம் அளித்தேன். சிரித்து மகிழ்ந்தனர். ஜேவியர் அப்படியா, எனக்குத் தெரியாது, ஆனந்த் என்று கேள்விப்பட்டேன்

அது மகிழ்ச்சி என்று அறிந்தேன். ஆனந்தி என்பதுகூடப் பெண்பால் பெயர் என்பதை இப்போதுதான் அறிகிறேன் என்றார். எட்காருக்கு ஒரு சாக்லெட் ரொட்டிப் பெட்டியையும் அவரது அப்பாவுக்கு ஒரு ஸ்டிக்கி பிங்கர் சாசும் கொடுத்தேன். மகிழ்வாகப் பெற்றுக் கொண்டனர். எட்கார் விடைபெற்று அவரது வீட்டுக்குப் போனார். அப்பா சற்று நேரம் பேசிக்கொண்டிருந்தார். காலையில் இங்குதான் சாப்பிடுவோம், பிறகு நானும் உன் பட்டறைக்கு வருவேன் என்றார். அவர் ஒரு தத்துவவியல் பட்டதாரி. உளவியலும், பாலியல் (செக்சாலஜி), தந்திரிக் போன்றவற்றில் தேர்ச்சியும் உள்ளவராம். சரி உறங்கப் போகலாம் என்ற போது இந்த விளக்குகளை அணைக்க வேண்டுமா என்றேன். இல்லை, அது அப்படியே எரியட்டும், ஏனென்றால் கோஸ்ட ரிகாவில் நிலம் அவ்வப்போது நடுங்கும், அப்போது ஓடுவதற்கு ஏதுவாக இந்த வெளிச்சம் இருக்கும், வீடெல்லாம் உறுதிதான், குட் நைட் என்றார்.

மதியம் நியூ யார்க்கில் குடித்த பெரிய கோப்பைக் காபி ஒரு புறம், ஆடப்போகுமா வீடு என்ற அரைநினைவு மறுபுறமாக ஒருவாறு தூங்கி எழுந்தேன்.

சான் ஓசேயில் ஒரு பட்டறையும் சில மனிதர்களும்

பறவைகள் பாடுகின்றன என்று சொல்வார்கள். பறவைகள் வைகறையில் மூச்சினைக் கூர்மையாக்குகின்றன. அவை மந்திரங்களை ஓதுகின்றன. பறவைகள் வேதம் ஓதுகையில் யாரும் தூங்குவதைப் பறவைகள் விரும்புவதில்லை. நன்கு விடிந்த பிறகு பாருங்கள் அவை அதிகம் ஓசையெழுப்புவதில்லை, தம் வேலையைப் பார்க்கப் போய்விடுகின்றன. பறவைகளின் ஒலியில் எழுவது மகிழ்வு. எட்காரின் அப்பா ஆர்வத்தைத் தூண்டுபவராக இருந்தார். அவரைப் பற்றித் தேடிப் பார்த்தேன். இப்படி ஒரு இணையப் பக்கம் வந்தது. https://www. costaricantimes.com/sex-without-the-sex-soul-tantra-in-costa-rica/33502 அதாவது உடலுறவு இல்லாமல் சக்கரங்களைக் கொண்டே பாலுறவின் உச்சத்தை அடைய முடியும் என்றொரு பயிற்சியைச் செய்கிராராம். பிறருக்கும் சொல்லித் தருகிராராம். இவரிடம் நிறைய பேச வேண்டும். வெளியே வெளித்திருக்கிறது. இன்றைய நாள் தொடங்கட்டும், இனிதே மலர்ந்து மணம் பரப்பட்டும்.

அந்த நாள் அப்படித்தான் இனிதாயிருந்தது. காலையில் கிளம்பி கீழே சென்றபோது பிரான்சிஸ்கோ, ஆமாம்

என்னை அப்படித்தான் நண்பர்கள் அழைப்பார்கள், நீயும் அப்படியே அழை என்றார் எட்காரின் அப்பா, ஆனந்தியும் தயாராயிருந்தார்கள். காலையுணவை ஆனந்தி செய்திருந்தார். அது ஒரு தட்டில் அழகாக அலங்கரிக்கப்பட்ட ஓட்ஸ், அதன் மேல் உச்சுவா (https://es.wikipedia.org/wiki/Physalis_peruviana) என்ற பழத்தையும், நீல பெர்ரிப் பழங்களும் ஆரமாக, உள்ளே முந்திரி, ஆளி விதைத் தூள், வாழைப்பழம் போன்றவற்றையும் வடிவாக அமைத்து வைத்திருந்தார். இவை எல்லாமே கிட்டத்தட்ட நான் அறிந்தவையே. ஆனால் அவை ஒரு ஒழுங்கில் அமைக்கப்படும்போது அது அழகாகவும் மகிழ்ச்சி தருவதாகவும் இருக்கிறது. அழகு மகிழ்ச்சியானது. சிரத்தை அழகினை உருவாக்குகிறது. அன்பும், பெருமையும் சிரத்தையைத் தூண்டுகிறது. பெருமை முயற்சி(யைத்) தரும் என்பது வள்ளுவத்தின் இன்னொரு பார்வை. சிறந்த ஒரு காபியையும் அளித்தார்கள். இப்போது காபியைப் பாலோ அல்லது சர்க்கரையோ இல்லாமல் குடிக்க ஆரம்பித்திருக்கிறேன்.

ஆனந்தி எனது ஆராய்ச்சியைப் பற்றி அறிந்துகொள்ள ஆர்வமாக இருந்தார். செல்களைப் பற்றிக் கேட்டார். சொல்லிக் கொண்டிருந்தபோது பிரான்சிஸ்கோ மைட்டோகாண்டிரியா பற்றி ஏதோ ஸ்பானிஷில் சொன்னார். அப்போது நான் மைட்டோகாண்டிரியாவின் டி என் ஏ பற்றியும், அதன் தாய் வழித் தொடர்பையும் குறிப்பிட்டேன். அதாவது மைட்டோகாண்டிரியா எனப்படும் ஆற்றலை உருவாக்கும் செல்லின் பகுதியானது தாயிடம் இருந்து மட்டுமே நமக்கு வருவது. அதில்

தந்தையின் பங்கு கிடையாது. எனவேதான் தாயைச் சக்தி என்றும் ஆற்றலின் தலைவி என்றும் கூறுகிறோம். இதைக் கேட்ட பிரான்சிஸ்கோ இது தனது வகுப்புக்கு மிகவும் உதவும் என்றார். அவர் செக்சாலஜியில் பயிற்சி அளிப்பவர் என்று சொன்னார். சத்தம் இல்லாமல், கடினமான மூச்சோ, உடலின் அசைவுகளோ இல்லாமல் சக்கரங்களின் இயக்கத்தாலும், தியானத்தாலும் எவ்வாறு பாலுறவில் ஈடுபடுவது என்பதை ஆராய்கிறார், பிறருக்கும் கற்றுத் தருகிறார். ஓஷோவை அறிந்திருக்கிறார். பல்வேறு முறைகளைக் கலந்து, ஆய்ந்து இவரே ஒரு முறையை உருவாக்குகிறார். அதனை மேலும் அறியவேண்டும் என்ற ஆவல் எனக்கிருக்கிறது. வாய்ப்பிருந்தால் பார்க்கலாம்.

காலையுணவை முடித்து யோகா மந்திர் என்ற எட்காரின் நிலையத்துக்குச் சென்றோம். கிராபிட்டி வரையப்பட்ட சுவர்களுக்குப் பின்னால் அந்தக் கட்டிடம் இருந்தது. நிறைய ஓவியங்களால் நிரம்பிய சுவர். துளசி, சந்தன மாலைகளும், புத்தர் சிலைகளும், யோக விரிப்புகள், புத்தகங்கள், துணி மணிகள், சிடி வட்டுக்கள் என்று ஒரு யோக சாலைக்குரிய அத்தனை அம்சங்களோடும் அது இருந்தது. பொதுவாகவே யோக சாலைக்கு வருபவர்கள் நல்ல சிரிப்பும், கலகலப்புமாக இருப்பார்கள். கோஸ்ட ரிகாவில் இவர்களது உற்சாகமும் கலகலப்பும் கட்டித் தழுவல்களும் ஒரு படி மேலே. அந்தச் சிரிப்பும், கள்ளமற்ற உரையாடலும் நமக்கும் தொற்றிக் கொள்ளும் ஆற்றல் வாய்ந்தவை. முகப்பிலேயே சில படங்களை எடுத்துக் கொண்டோம். நான் பொதுவாகப் படம் எடுத்துக் கொள்வதில் கவனம் கொள்வதில்லை

என்றதால் பிரான்சிஸ்கோ எனது கைப்பேசியை வாங்கிப் படங்கள் சிலவற்றை எடுத்தார். அவர் சுமார் 2 மணி நேரத்துக்குப் பிறகு கிளம்பிவிட்டார். வேறு வேலை இருக்கிறதாம். அவர் சென்ற வேலை எவ்வளவு பெரியது என்று இரவுதான் தெரிந்தது.

வகுப்பு வழக்கம் போலச் சிறப்பாக இருந்தது. சித்தர்களின் பெயரை உலகில் நாட்டிவிட வேண்டும் என்ற தாகத்தை விட மேலோங்கி நிற்பது அத்தகைய நற்கருத்துக்கள் உலகெங்கும் பரவ வேண்டும் என்பதே. நல்ல கேள்விகளை மாணவர்கள் கேட்டனர். சாம்பவி முத்திரையைத் தன்னாலேயே கண்டுபிடித்துக் கொண்ட ஒரு மாணவனைக் கண்டேன். அதுதான் தான் பற்றப் பற்றத் தலைப்படும் தானே என்றதன் பொருள் என்றேன். சித்தர்களின் கொள்கைகள் எக்காலத்திலும் விடுதலையையும் மேன்மையையும் முன்னிருத்தும் கருத்துக்கள் என்பதை இளைஞர்களுக்குப் புரியவைத்தேன். வெண்பலகையில் எழுதிக் காட்டினேன், வரைந்தேன். வகுப்பின் போது என் உச்சந்தலையில் மட்டும் பொட்டாகச் சூரிய ஒளி படும் ஒரு படத்தை பிரான்சிஸ்கோ எடுத்திருந்தார்.

மதியம் அருகிலேயே இருந்த ஒரு உணவகத்தில் கேல், சுண்டல், சோறு, அவகாடோ என்று சிறந்த உணவு. அதன் பிறகு ஒரு காபி. உணவின்போது லியோனார்டோ என்றொரு மாணவன் அருகில் வந்தமர்ந்து பேச ஆரம்பித்தார். இவர்களது கதைகள் ஒவ்வொன்றையும் தனித்தனி நூலாக எழுதலாம். காணும் சில நிமிடங்களுக்குள் வாழ்க்கைக் கதைகளை நமக்குள்

ஊற்றிவிடுகிறார்கள். ஒவ்வொருவரும் ஒரு பெருங்கதை. கதையின் சாரத்தைச் சொல்லும்போதே அவர்களின் மொத்த வாழ்வும் நம் முன் விரிந்து அந்தக் கதைக்குள் ஒரு பாத்திரமாக நாமும் ஆகிவிடுகிறோம். உன் கதையை என்னிடம் சொல்லும்போதே அக்கதையில் நானும் ஒரு பாத்திரமாகிவிடுகிறேன் நண்பனே என்றேன்.

லியானார்டு தன் கதையைச் சொன்னார். எங்கோ ஒரு மலைப்பகுதியில் யாரோ இடம் கொடுத்தார்களாம். வியசாயம் செய்கிறார். முதல் மனைவியோடு பிறந்த இரண்டு குழந்தைகள் 20 வயசுக்கு மேல். பிறகு ஒரு துணையோடு இருந்தாராம். இருவரும் வெவ்வேறு நாடுகளுக்குப் போக விரும்பிப் பிரிந்து போனார்களாம். இப்போது சுவீடனிலிருந்து ஒரு பெண்ணை மணந்து அவர்களுக்கு ஒன்றரை வயதில் பிள்ளை. ஆயுர்வேத வைத்தியம் எங்கோ கற்றிருக்கிறார். விவசாயம், மூலிகை வைத்தியம், ஷமானிக் வகை மருத்துவம் என்று பலதையும் போட்டு உருட்டி யாருக்காவது உதவிக்கொண்டிருக்கிறார்.

மெமெ என்றொரு கோத்தமாலா நாட்டுக்காரன், எட்காரின் நண்பன் அவனும் வந்திருந்தான். இன்னொரு நண்பன் அவனோடு தங்க இரண்டு மணி நேரத்திலிருந்து வந்தான். அவனுக்குத் தான் கட்டுவதற்குப் பணமில்லை, வரட்டுமா என்று எட்கார் கேட்டிருந்தார். நிச்சயமாக என்றேன். காலையிலிருந்து மாலை வரை வகுப்பு என்றாலும் அலுக்காமல் பேசினேன்.

அன்று மாலை ஒரு சுஷி உணவகத்துக்குச் சென்றோம், அப்போது எட்காரின் அப்பா பிரான்சிஸ்கோவும் வந்து

கலந்துகொண்டார். அவர் ஒரு பாடலைப் பதிவு செய்யப்
போயிருந்தாராம். ரெகார்டிங் இருந்தால் உன் வகுப்புக்கு
வரமுடியவில்லை என்றார். வகுப்பில் உமிழ்நீர்தான்
எனக்கு இதுநாள் வரை இல்லாதுபோயிருந்த மிஸ்ஸிங்
லிங்க் என்றார். இக்கருத்தை என் புத்தகத்தில் எழுதுவேன்
என்றார். உச்சந்தலையில் ஒளிவட்டம் என்று
சொல்லிச் சிரித்தோம். வீட்டுக்கு வந்தபோது எந்தப்
பாடலை ஒலிப்பதிவு செய்தீர்கள் என்று கேட்டபோது
ஒரு குழந்தையைப் போல உற்சாகமானார். கிதாரை
எடுத்து வைத்துக் கொண்டு பாட ஆரம்பித்தார். பதிவு
செய்ததையும் போட்டுக் காட்டினார். நாளையும் போக
வேண்டும் என்றார்.

பிறகு தன் வாழ்வின் முக்கியமான சில
தருணங்களையெல்லாம் பகிர்ந்துகொண்டார். அவற்றுள்
ஒன்று வியட்நாம் போரின்போது வெளிவந்தது அல்லவா
ஒரு சிறுமி அழுதுகொண்டே ஆடையில்லாமல் ஓடும்
படம். அதனை வைத்து ஒரு பாடல் வெளியிட்டிருக்கிறார்.
அந்தக் காலத்தில் அது பீட்டில் குழுவின் பாடலை விட
முன்னுக்குச் சென்றுவிட்டதாம். அதை இப்போது ஒரு
இங்கிலாந்து வானொலி நிகழ்ச்சியில் கூறியிருக்கிறார்கள்.
அந்தச் சிறுமி இப்போது கனடாவில் வசிக்கிறார் என்றும்
இன்னும் சில மாதங்களில் அவரைப் பார்க்க கோஸ்ட
ரிகாவுக்கு வருவார் என்றும் சொன்னார். ஆச்சரியம்!

மேலும் எல்லா பழங்குடிக் குழுக்களையும் ஓரிடத்தில்
சேர்க்க வேண்டும் என்று ஒரு கனவு கண்டாராம்.
அதை நிஜத்திலும் நிகழ்த்திக் காட்டியிருக்கிறார்.
அதை ஒரு டாகுமெண்டரியாக எடுத்திருக்கிறார்.

இவற்றையெல்லாம் சொல்லி முடித்த பிறகு நமது பாடல்களையும் போட்டுக் காட்டினேன். அருமை என்றார். அதில் ஆத்மார்த்தம் இருக்கிறது என்றார். தன் மகளோடு பகிர்ந்துகொள்வதாகச் சொன்னார். மகள் மரியநெல்லாவின் பாடல்களையும் எனக்கு அனுப்பினார். சிறப்பாகப் பாடியுள்ளார்.

தொடர்ந்த நாளின் சிறந்த நினைவுகள்

ஞாயிறன்று வகுப்பில் பல்வேறு உச்சாடாணங்கள், வேகமான மூச்சுப் பயிற்சி முறைகள், கேள்வி பதில் என்று நிறைவாக இருந்தது. உணவு இடைவேளை முடிந்து கிதாரை எடுத்துக் கொண்டு எட்காரும், புல்லாங்குழலோடு ராபர்ட்டோவும் வந்து இருபுறமும் அமர்ந்துகொண்டனர். பாடு என்றார்கள். கைத்தலநிறைகனியும், ஓம் சக்தியும் பாடினேன். எட்கார் மங்கலம் என்றொரு பாடலைப் பாடினார். அன்றிரவு வீட்டுக்குச் சென்றபோது பிரான்சிஸ்கோ வீட்டிலிருந்தார்.

ரெகார்டிங் நல்லபடியாக முடிந்ததால் மகிழ்வாக இருந்தார். தனது பழங்கால வீடியோ ஒன்றை எடுத்துக் காட்டினார். அதில் அவர் பல்வேறு பயிற்சிகளைச் செய்து ஆண்குறியின் ஈடுபாடு இல்லாமலேயே பாலுணர்வின் மூலம் அடையக்கூடிய உச்சத்தை அடைந்தேன் என்றார். எனக்கு அது நம்புவதாகவே இருக்கிறது. சிற்றின்பத்திலிருந்து பேரின்பத்துக்கான வழியை அவர் கண்டறிந்திருக்கலாம். அவரது பயிற்சிகள் பஸ்திரிகா, தீ மூச்சு, மாவாட்டுதல் போன்ற பல்வேறு வயிற்றை நோக்கிய பயிற்சிகள், சில அசைவற்ற நிலைகள். அதன்

பிறகு இடுப்பை உடலுறவின்போது அசைப்பதைப் போலவே அசைக்கிறார். அமர்ந்தவாக்கில் நடக்கிறது. அப்போது அவருக்கு வயது 30. புரூஸ்லீயைப் போல இருக்கிறீகள் என்றேன். சிரித்தார். அதன் பிறகு ஆர்கசம் வந்தது போலக் குப்புறப் படுத்துக் கொண்டு அந்த வீடியோவில் முனகினார். எவ்வித விறைப்போ, ஒழுகலோ இல்லாத பயிற்சி என்றார். அது ஏதோ ஒரு பாதையைத் தொடுகிறது என நினைக்கிறேன்.

காமம் ஒரு மிகப்பெரிய சக்தி. அது பாம்பாக வந்து கனவுகளில் விரட்டுவது. முரண்டிக் கிடந்து காலகாலமாக நம் கருத்தகத்தில் சொல்லையும் செயலையும் நிமிண்டுவது. சிந்தனையின் போக்கில், சொல்லின் ஒரு குழைவில், உடலசைவில் ஒரு செய்தியைத் தொடுத்துக் கொண்டே இருக்கும் மெல்லிய சரடு. அது ஆக்கம். அது இச்சை. அது கிரியை. ஆதி சக்தி, மகா சக்தி. அதனைச் சரிவரக் கையாள வேண்டும். முரட்டு விழிகளை உருட்டிக் கொண்டு கையில் கடுமையான ஆயுதங்களோடு காமம் ஒரு முனியன் சிலையைப் போல நம்மைப் பார்த்துக் கொண்டே இருக்கிறது. காவு கேட்கிறது. வெறி பிடித்து அலையும் குரங்கு மனம் காற்று நுழையும் இண்டு இடுக்குகளுக்குள் எல்லாம் தன் குறியை நுழைக்கிறது. நெறிப்பட உள்ளே நின்மலமாக்க வேண்டிய வாயு அது. அதனைக் கீழே விடாமல் மேலே கொண்டு சொல்ல வேண்டும் என்பதே யோகத்தின் முக்கியமான அம்சம். சில பயிற்சிகளை அவரது வீடியோவில் இருப்பதைப் போல முன்னமே செய்திருந்தாலும் அவற்றினூடாகவெல்லாம்

உச்சகட்டம் வரை செல்ல முடியுமா என்பதை இனிதான் சோதிக்க வேண்டும்.

ஞாயிற்றுக் கிழமைப் பயிற்சியில் வேகமான மூச்சுப் பயிற்சிகளைச் சொல்லித் தந்தேன் என்று சொன்னேன் இல்லையா. அவற்றினுடாக அனுபவிக்கும் அமைதி நிலையையும் காட்டினேன், ஏனென்றால் அதை நான் கண்டேன். ஒரு பயிற்சியின் நிறைவில் தன்னை அறிந்தால் தலைவன் மேல் பற்றலது பின்னை ஒரு பற்றும் உண்டோ பேசாய் பராபரமே என்ற வரிகள் வந்து தோன்றியபோது கண்களில் நீர் திரண்டு வந்தது. அதையும் அவர்களோடு பகிர்ந்துகொண்டேன்.

வாழ்க்கை அழகானது. பிறருக்குக் கொடுக்க ஒரு எளிய புன்னகையும் இன்சொல்லும் போதும்.

காலையில் வரவேண்டிய வண்டிக்காரர் வரவில்லை. இன்னொருவரைச் சில களேபரங்களுக்குப் பிறகு அமர்த்தித் தந்தார்கள். அவர் பெயர் அலஹான்றொ. இறந்துபோன தனது மனைவி, தனது மூன்று பிள்ளைகள், தனது வட கரோலின பயணம் என்று எல்லாவற்றையும் குறித்துப் பேசினார். ஓரளவுக்கு நல்ல ஆங்கிலத்திலேயே பேசினார். அமோலைப் பார்க்கச் சென்றிருந்தேன். இன்னும் வரவில்லை. அருகிலிருந்த ஒரு விடுதி, அது மேரியாட் போல உயர் விடுதி. சிறுநீர் கழிக்கச் செல்வதாக இருந்தாலும் சரி அங்கே வசிப்பவராக இருந்தாலும் சரி தயக்கம் இல்லாமல் உள்ளே நுழைய வேண்டும். அது எப்போதும் எங்கும் எனக்குக் கைகொடுக்கும். உள்ளே நுழைந்து வேலையை முடித்து வெளியே வந்த போது ஒரு பாரில் ஒரு அம்மா எதையோ அரைத்துக் கொண்டிருந்தார்.

சும்மா அவரிடம் பேச்சுக் கொடுத்தேன். ஸ்வீட்டி இங்கே உட்கார் என்று ஒரு கிளாஸ் நிறைய ஜூஸை ஊற்றிக் கொடுத்தார். குடி, இது கண்ணுக்கு நல்லது. தினமும் காலையில் இங்கே இவர்களுக்கு உணவுக்காக அரைப்பேன். இது நாளைக்காகத் தயாரிக்கிறேன் என்று சொன்னார். அவர் பெயர் டாட்டியானா. அன்பொழுகப் பேசினார். இதெல்லாம் காம்போஸ்டுக்கு. எனக்கே எனக்குன்னு ஒரு தோட்டம் இருக்கு இந்த விடுதிக்குள். அவர்கள் எனக்காகவே இதைக் கட்டியிருக்கிறார்கள் என்று உள்ளே அழைத்துப் போனார்.

அவர் யாருக்கும், முதலாளி, மேனேஜர் என்று யோசித்ததாகக் கூடத் தெரியவில்லை. ஒரு பிரைவேட் போலத் தெரிந்த டைனிங் அறையைத் தாண்டி ஒரு சின்ன இல்லை, பெரிய கண்ணாடிக் கதவைத் திறந்து உள்ளே போ என்றார். அங்கே மிண்ட், தைம், மிளகாய் என்று ஏராளமான செடிகளை ஒரு பத்துக்கு இருபது அடி சூரிய ஒளிப் பரப்பிலே நட்டு அழகாக வளர்க்கிறார். வேலைக்கு வந்த பையன் ஒருவனை வணக்கம் சொன்னவனுக்கு அணைப்பைப் பரிசாகத் தந்தார். அவன் இன்றுதான் யுனிபார்ம் அணிகிறான். ஆறுமாதம் சும்மா திரிந்தான். அழகான பயல் இல்லையா என்றார். இதையும் சாப்பிடு என்று அன்னாசித் துண்டுகள் சிலவற்றை அழகாக வெட்டி ஒரு சின்னத் தட்டில் வைத்துத் தந்தார். அதன் மீது இதைப் போட்டுக் கொள் என்று ஒரு சிறிய மிளகாய்ப் பொடியையும் தந்தார். எனக்கும் அன்னாசியை உப்பு மிளகோடு சாப்பிடத்தான் பிடிக்கும் என்றேன். சிரித்தார். உன் நாக்கு, விருப்பம், புலனிச்சைகளைச் சமமாகப்

பாவிக்கும் எவரைக் கண்டாலும் இன்பம்தானே. சரி என்று அவரிடம் ஒரு பவேரியா என்ற பியரைக் கேட்டேன். அது நன்றாக இருக்கும் என்று அலெஹான்றோ சொல்லியிருந்தார். அதைக் குடித்து விட்டு காசையும், டிப்பையும் தாராளமாகக் கொடுத்துவிட்டு வெளியே வந்தேன் அமோலைச் சந்திக்க.

அமோல் வருவதற்கு முன்னால் அவரது உணவு வண்டியில் ஒரு இம்பீரியல் லைட் பியரும், ஒரு சிக்கன் கபாபும் சொல்லிவிட்டு அமர்ந்திருந்தேன். பியரை ஒரு தாமிரக் குவளையில் ஊற்றிக் கொடுத்தனர். அமோல் வந்தார். சற்றே குள்ளமான உயரம், என்னைப் போல. அன்று அவர் விரதமாம். புயர்தோ வியகோவில் தனக்கு ஒரு கடை இருப்பதையும், வேறு பல வண்டிகளும் இருப்பதைச் சொன்னார். தனக்கொரு பார்ட்னரும் இருக்கிறாராம். இவரும் இவரது மனைவியும் சேர்ந்து சுமார் 14 வருடங்களுக்கு முன்பு ஆரம்பித்திருக்கிறார்கள். இப்போது அதை விரிவாக்க வேண்டும். நானும் இதைப் போல ஒரு ஆவலில் ஒரு தோசைக் கடை வைக்க நினைக்கிறேன் என்றேன். அப்படியானால் வெகு சந்தோஷம். நீயும் ஒரு பார்ட்னராக வந்தால் நலமே என்றார். நல்ல மனிதராகத் தெரிந்தார். வேலை மார்கெட்டிங்கில். இது சும்மா பக்கத்தில். நிச்சயம் நல்ல தொழில். அழகான நாடு. வேறென்ன வேண்டும்.

எனது சிக்கன் வந்தது. அலெஹான்றோவிடம் 12.30க்கு வரச் சொல்லியிருந்தேன். மணியும் ஆகிவிட்டது. எனவே எனது சிக்கனைக் கட்டிக் கொடுங்கள் என்று கேட்டு வாங்கிச் சென்றேன். அமோலிடம்

விடைபெற்று, வண்டியில் ஏறினேன். சிக்கனை நானும் அல்ஹான்றோவும் சப்பிட்டோம். அவருக்கு மகிழ்ச்சி தாங்க முடியவில்லை. இது நன்றாக இருக்கிறது என்றார். அவர் வண்டி ஓடியதால் அவருக்காகத் தட்டைப் பிடித்துக் கொண்டேன். மிகவும் மகிழ்ந்தார். வெங்காயத் துண்டுகளைக் கூட விடாமல் சாப்பிட்டார். எனக்கும் அது நன்றாக இருந்தது. தன் மனைவியோடு இருந்த நாட்களில் அவர்கள் பட்ட கஷ்டங்களை விட அவர்களது மகிழ்வான நாட்களை நினைத்திருப்பது, அவர் மனைவியின் மரணப்படுக்கையில் அவர்கள் இவற்றையெல்லாம் பற்றி, குழந்தைகளைப் பற்றிப் பேசிக்கொண்டவை என்று எல்லாவற்றையும் பேசிக்கொண்டு வந்தார்.

சான் ஒசேயிலிருந்து புயர்தோ வியகோவிற்கு

புயர்தோ வியகோவிற்குச் செல்ல அன்று மதியம் சுமார் 2.30க்கு வண்டி பிடிக்க வேண்டும். பிரான்சிஸ்கோ வீட்டில் வந்து பெட்டியை எடுத்துக் கொண்டு அலஹான்றோவின் வண்டியில் ஏறி ஸ்டார்பக்ஸில் நின்றேன். கடுமையான வெயில். வண்டியில் பசித்தால் என்ன செய்வது. நடுவில் சாப்பிட ஏதேனும் வாங்கிக்கொண்டு குடிக்க ஒரு ஜூஸ் பாட்டில் வாங்கிக்கொண்டு வந்து நின்றேன். குறித்த நேரத்தில் வண்டி வந்தது.

எக்டர் என்பவர் ஓட்டி. வண்டியில் ஏற்கெனவே இருவர், ஒரு ஆணும் பெண்ணும் பின்னிருக்கையில் அமர்ந்திருந்தனர். எனக்கு டிரைவருக்கு அருகில் அமர்வது விருப்பம். கேட்டேன். சரி என்றார். ஏறியவுடன் இது இப்போது வாங்கிய ஜூஸ். வேண்டுமா, உன் போத்தலில் ஊற்றுகிறேன் என்றேன். வேண்டாம், அது எனது போத்தல் இல்லை என்றார். பிறகு அந்தக் கதவிடுக்கில் ஒரு போத்தல் இருந்தது. அதைக் காட்டினேன். அதில் ஊற்றலாமே என்றேன். சிரித்துக் கொண்டே எடுத்துக் கொடுத்தார். அவருக்குப் பாதி எனக்குப் பாதி ஊற்றினேன். நன்றி என்றார். ஜூசும் நன்றாகவே இருந்தது. அவர்

எனது ஆர்வமான புகைப்பட வெறியைப் பார்த்திருக்க வேண்டும். இப்போது இந்தப் பக்கம் பார் ஒரு அருவி வரும், அதை எடு. அங்கே ஒரு சல்பர் நீரூற்றும், நல்ல தண்ணீரும் கலக்கும் இடம் உண்டு. சல்பர் மஞ்சளாக எரிமலையிலிருந்து வரும். வந்தது. சான் ஓசே அருகில் இருக்கும் இராசு (Irazu) எரிமலை. ஜே.எப். கென்னடி இங்கு வந்தபோது அது வெடித்துக்கொண்டிருந்ததாகவும் ஊர் முழுதும் புகையென்றும் படித்திருந்தேன். எக்டர் அவ்வளவாக ஆங்கிலம் பேசவில்லை. இருந்தாலும் ஓரளவு புரிந்துகொண்டோம். இது சீனக் காரர்களின் குடியிருப்பு, அவர்கள்தான் இந்த விரைவுச் சாலையைப் போடுகிறார்கள். ஆமாம், அதில் நெரிசல் அதிகம்தான். ரயில் இருந்தால் கோஸ்டரிகா அருமையாக இருக்கும். நாட்டைச் சுற்றி வளையமாக ஓட்டினால் போதும்.

எட்காருக்கு மூன்று பிள்ளைகள் கொஞ்சம் சிறியவர்கள் 10, 11 அப்புறம் ஒரு 1 வயது போல. படங்களைக் காட்டிக் கொண்டோம். இந்த முறை எல்லோரிடமும் காட்டுவதற்கு வாகாக ஒரு குடும்பப் படத்தை எனது கைபேசிப் படக் கோப்பில் முன்னதாகவே வைத்துக்கொண்டிருந்தேன். இல்லையென்றால் தேடிக்கொண்டு கிடப்பேன். சில நேரம் கிடைக்காது. என்ன குடும்பஸ்தன் இவன் என்று எனக்கே சிரிப்பு வரும்! நடுவில் ஒரு உணவு விடுதியில் நின்றோம். உனக்குச் சாப்பாடு நான்தான் வாங்கித் தருவேன் என்று சொன்னேன். மகிழ்வுடன் ஒத்துக் கொண்டார். நான் மரவள்ளி ரொட்டி, கொஞ்சம் சிக்கன், கொஞ்சம் காய்கறி சப்பிட்டேன். அவர் சிக்கனும் சோறும் சாப்பிட்டார். சோடா ஊற்றிக்கொள் என்றார். இருவரும்

சாப்பிட்டோம். கூடவந்திருந்தவர்களும் குடிப்பதற்குளதோ வாங்கிக் கொண்டனர். ஒவ்வொரு ஊரையும் காட்டினார், முக்கியமான இடங்களைச் சொன்னார். டெல் மாண்டே, சிக்குயிட்டா, டோல் ஆகியன வளர்க்கும் அன்னாசி, வாழை பெருந்தோட்டமாகப் பரந்திருந்தன. மரத்தில் தொங்கிய வாழைத் தார்களை நீல நிறப் பைகளால் மூடி வைத்திருந்தார்கள்.

லிமோன் என்ற ஊரினைத் தாண்டி கிழக்குக் கடற்கரைச் சாலையில் திரும்பினோம். அது புயர்தோ வியகோவில் கொண்டு வந்து சுமார் ஏழரை மணிக்கு விட்டது. சாலையிலிருந்து பிரிந்து சுமார் 200 மீட்டர் கரடு முரடான பாதையில் அந்த இருளில் பெரும் பெட்டியை இழுத்துக்கொண்டு நடக்க வேண்டும். வண்டிக்குப் பேசும்போதே நாங்கள் மேலே ஏற மாட்டோம் என்று சொல்லியிருந்தார்கள். நான் அதைப் பற்றி எக்டரிடம் எதும் கேட்கவில்லை. பார்த்துக் கொள்ளலாம் என்று இருந்தேன். அந்த இடம் வந்ததும் எக்டர் எந்தத் தயக்கமும் இல்லாமல் வண்டியை மேலே ஏற்றத் தொடங்கினார். அது குண்டும் குழியுமான சரிவான பாதை. அவரது வண்டி ஒருவாறு திணறி ஏறி அமாசெரை அடைந்தது. அங்கு ஆண்ருவும், ஆவணியும் நின்றிருந்தனர்.

யாவர்க்கும் அன்பாயிருத்தல் இன்பமாக இருக்கிறது. அது சில பலன்களைத் தரும் என்பதற்காக அல்ல. எட்கருக்கு நான் தந்த ஜூஸ், அவருக்காக வாங்கிய உணவு மிகச் சிறிது. டாட்டியானா எனக்களித்த ஜூசும், அன்னாசிப் பழத் துண்டுகளும் சிறியன. ஆனால் அவற்றின் பயன் மிகப் பெரிது. தினைத்துணை நன்றி,

அது பனைத்துணை இன்பத்தையும் நல்லுறவையும், மானுடத்தின் மீது நம்பிக்கையையும் வளர்க்கிறது. இதோ அலெஹான்றோ ஒரு செய்தி அனுப்பி நன்றாகச் சேர்ந்துவிட்டாயா என்கிறார். எக்டரின் நண்பர்களிடமோ வீட்டிலோ இன்று நடந்தவற்றைச் சொல்லியிருப்பார். ஒரு சராசரிப் பயணியாகப் பின்னாலிருந்து வந்திருக்கலாம். ஆனால் ஏதோ ஒன்று என்னை உந்திக் கொண்டிருக்கிறது. அது அன்பு, அது ஈனும் ஆர்வம், அது விளைவிக்கும் நட்பு, இவையெல்லாம் அன்பின் வழியால் தானாகவே அமையும் சிறப்புகள். அன்பே நீ என்றும் என்னோடு வாழி. அன்புருவாய் நிற்க அலந்தேன் பராபரமே.

வீட்டிற்குள் கொண்டு வந்து விடுவதற்காக ஆன்றூ சாவியை எடுத்து வந்தார். ஆன்றூ நியூ ஹாம்ப்ஷயரிலும், ஆவணி மாசசூசெட்சிலும் வளர்ந்தவர்கள். அவனி அல்லது ஆவணி என்றும் சொல்லலாம். அவர்கள்தான் அமாசெர் என்ற இந்த இடத்தை நடத்துகிறார்கள்.

முன்பே சொன்னதுபோல் சாலையிலிருந்து மேலேறி இங்கே வரவேண்டும். தனியான ஒதுக்குப் புறமான இடம். பின்னால் காடு. அவர்கள் குடியிருப்பு ஒருபுறம். அவர்களுக்கு ரியோ என்று ஆறு வயது மகன் ஒருவன். சுட்டிப் பயல். தாவரங்களை இனங்கண்டு கொள்பவன். பாகற்காய் விதை எடுத்துக் கொடுத்தான். கூச்சமில்லாமல் பாகற்பழத்தைத் தின்றான். நானும் தின்றேன். அவன் என் குரு. அதன் எதிரே மற்றொரு இல்லம். அதனைத் தள்ளிச் சுமார் இரண்டு மூன்று வீடுகள். அவற்றில் ஒன்றில் நான் இருக்கிறேன். இந்த வீட்டின் பெயர் லீலா. சரியான பெயர்தான் எனக்கும். எனக்கு முன்னே சற்றுத்

தள்ளி அமாசெர் உணவகம் இருக்கிறது. ஆயுர்வேத அடிப்படையில் வாத பித்த கப உணவுகள் என்று சொல்லி வைத்திருக்கிறார்கள். அதற்கு மேலே ஒரு யோக சாலையும், அதனைத் தள்ளி இன்னொரு கட்டிடத்தில் பக்தி சாலை என்றொரு யோக சாலையும் உண்டு. பக்தி சாலையிலிருந்து பார்த்தால் தூரத்தில் கடலும் நடுவே தாவர சங்கமங்களும் தெரியும். அந்த பக்தி சாலையில் ஒரு அனுமார் சிலையிருக்கும். அதுவே பக்தி சாலையென்று பெயருக்குக் காரணமாம். அங்குதான் என் வகுப்புகள் நடந்தன.

வீடு கச்சிதமாக இருந்தது. கீழே சிறிய வரவேற்பரையில் ஒரு சோபாவும் மேசையும். அதையொட்டி சிறிய சமையலறை. மேலே செல்லச் சுழற்படிகள். மாடியில் ஒரு படுக்கையறை, ஒரு திறந்த அலமாரி, ராக்கை என்று சொல்வோமே அது, அந்த அறையின் கதவைத் திறந்து வெளியே செல்லலாம். அங்கு ஒரு பலகணி. இரண்டு நாற்காலிகள், ஒரு படுக்கை ஊஞ்சல். துணி காயப்போட கொடிகள். மேற்கூரைகள் நன்கு நீண்டிருந்ததால் மழை நீர் உள்ளே விழாமல் வீட்டைத் தள்ளித்தான் விழும். சிவப்பு நிறத் தகரக் கூரைகள். அதன் உள்ளே மரத்தானான மேற்கூரை. அழகான இடம் ஆன்றூ என்று பலமுறை சொல்லியிருக்கிறேன்.

இது நாடா இல்லை காடா!

இது காடு. நாடே ஒரு காடுதான். சங்க காலத்து நிலம் போலச் செறிந்திருந்த காடுகள். சாலையில் ஒரு வீட்டில் இரண்டு மூன்று குட்டி நாய்கள் ஒரு கோழியை த் துரத்தின. அந்த நாய்க்குட்டிகளைத் தடுத்து நிறுத்தினேன். அதன் பிறகு மற்றொரு நாள் அதே காட்சியைக் கண்டேன். உள்ளிருந்து வீட்டுக் காரர் நாய்க்குட்டிகளை அதட்டினார். இது ஒரு வாடிக்கை போலும். அலறும் குரங்கு, பல்வகைப் பறவைகள் என்று அந்த இடமே ஓசைகளின் செறிவாய் இருக்கும்.

ஒவ்வொரு நேரத்திற்கும் தகுந்தாற்போல் அந்த ஒலிகள் மாறிக்கொண்டே இருக்கும். முதலில் அந்த அலறல் குரங்குகள்தாம் காலையில் சுமார் நான்கரை ஐந்து போலக் கத்தத் தொடங்கும். அதன் பிறகு ஒவ்வொரு பறவையாய் விழித்துக் கொண்டு எல்லோரும் கூட்டாகத் தங்களது மூச்சுப் பயிற்சிகளைச் செய்வார்கள் போல. தூங்கப் போவதற்கும் எழுவதற்கும் இடையில் இந்த ஒசைகள் நிகழ்வது கனவிலா நனவிலா என்று தெரியாது. இரவு பகல் எந்நேரமும் இயற்கை பாடிக்கொண்டே இருக்கிறது.

அற்புதமான பல இசைகளை இங்கே கேட்கிறேன். அவற்றைப் பயன்படுத்திப் பின்புலத்தில் அவை ஒலிக்குமாறு செய்து அவற்றோடு திருமந்திரம் ஓதிப்

பதிவிட வேண்டும். ஒவ்வொரு நிமிட வீடியோக்களையும் எடுக்கிறேன். அவையும் யூடியூபுக்கு உதவலாம். இவற்றைக் க்யூ ஆர் கோடு மூலம் புத்தகத்தில் இடலாம் என்று பிரான்சிஸ்கோ எனக்குக் காட்டினார். வேண்டுமென்றால் பார்க்கலாம். அல்லது இந்த எழுத்து காட்டும் சித்திரங்களே போதுமென்றால் விட்டுவிடலாம்.

முதல் நாள் எழுந்து குளித்து உணவருந்தச் சென்றேன். காலையுணவு இங்குதான், கட்டணமில்லை. அவர்களது விருந்தினன் நான். இந்தப் பயணங்கள், சேர்க்கும் நண்பர்கள், அனுபவங்கள் எல்லாவற்றையும் சித்தர்களே இயற்றிக் கொடுக்கிறார்கள். இவற்றுக்கு நான் அருகதை உடையவனா என்று தெரியாது. ஆனால் ஏதோ ஒன்று என்னைத் தள்ளிக் கொண்டே இருக்கிறது. முன்னும் பின்னுமாக என் மனதைச் சுழற்றியடிக்கும் அந்த நெடியான வேட்கையை எப்போது கொய்வேன். என்னாலே இன்பமுண்டோ சித்துருவே இன்பச் சிவமே. எத்தனைதான் கேட்டாலும், சித்தர்கள் வரிசை வரிசையாய் வந்து சொன்னாலும் இந்த மனதின் பாடு தாங்க முடிவதில்லை. பற்று ஒழிந்தேன் என்று சொல்ல முடியாதவண்ணம் எத்தனைக் காலம் இப்படி உழல்வது.

கரீபியன் உணவு அது. கொஞ்சம் அவகாடோ, வறுத்த வாழைப்பழம், டோபு, கீழே சோறும் பீன்சு பயறும். சோறும் கறுத்த பயறும் தேங்காய்ப் பால் சேர்த்துச் சமைத்தது. அது இங்கே பரவலாக உண்ணப்படுவது. நன்றாகவே இருக்கும். அந்த அம்மா அருமையாகச் சமைத்தார். அவர் கறுப்பினத்துக் கரீபியப் பெண். ஓங்கிய குரலும், சிரிப்பும். நிச்சயமாக அதட்டுவார் என்றே நினைக்கும் தோற்றமும்,

ஆளுமை மிடுக்கும். அவருக்கு மகிழ்வாக டிப்ஸ் வைத்துவிட்டு வருகிறேன். சாப்பிட்ட பிறகு சற்று நேரம் சுற்றியபடி புகைப்படம் எடுத்தேன். யோகப் பயிற்சிக்கு வருபவர்கள் பொதுவாகவே தங்களை நன்கு பேணிக் கொள்வார்கள். அது என்னவோ தெரியவில்லை இங்கு அழகு சற்றுக் கூடுதலாகவே தெரிந்தது. உலகெங்கும் இருந்தும் இங்கு வந்து சுற்றுகிறார்கள். இரண்டு நாட்களிலும் வகுப்புக்களை உளப்பூர்வமாக நடத்தினேன். அவர்களுக்கு உவப்பாக இருந்தது. எனக்கும்.

அன்று மதியம் தொடங்கி மாலை வரை நகரைச் சுற்றினேன். சைக்கிள் எடுத்துச் சுற்ற வேண்டும். புகை வேண்டுமா என்றார்கள் சிலர். வெயில் வியர்த்துக் கொட்டுகிறது. அன்று மாலை ரிசிமிக் என்ற உணவகத்தில் சாபிட்டேன். சப்பென்று மீனைச் சமைத்திருந்தார்கள். அதுவும் டிலேப்பியா. அவனி அங்கு சிறப்பாக இருக்கும் என்று அனுப்பியிருந்தார். பரவாயில்லை.

தமிழ் மறை ஐந்தும் தாவிய ஞானம் உமிழ்வது போலே உலகம் திரிவார். அப்படித்தான் திருமூலர் சொன்னார். திரிகிறேன். உமிழ்கிறேன். சிலவற்றை என்னையறியாமல் கொட்டுகிறேன். சிலவற்றை அறிந்து தேக்கி, கடைந்தெடுத்து உமிழ்கிறேன். எல்லாம் என்னிலிருந்து கிளைப்பவை. ஆனாலும் என்னைத் தாண்டிய ஏதோ ஒன்றால் அனுப்பப்படுபவை. இந்த மிகப் பெரும் வெளியில் நானொரு துகள். அந்தத் துகளிலும் அந்தப் பூரணமே நிறைந்திருக்கிறது. அவற்றில் இருள் இருக்கலாம், ஒளி இருக்கலாம், தூசி இருக்கலாம். சில நேரங்களில் வாயு வெடிப்பின் விஷ வாயுக்கள் கசியலாம்.

பூரணத்தின் அமைதியான ஒளி நிரம்பியிருக்கலாம். எதுவாயினும் அது அதுவாகவே இருக்கிறது.

கடற்கரையில் யாரோ மூவர் ஆப்பிரிக்க மேளத்தை அடித்தார்கள். கால்கள் தாமாக அங்கு சென்றன. உட்கார்ந்தேன். மூச்சை அடக்கி மேலேற்றினேன். ஒவ்வொரு அடியும் ஒவ்வொரு மூச்சின் அசைவோடு மேலேறிக் கொண்டிருந்தது. உடல் அசைந்தது. மிகவும் மிஞ்சிவிட வேண்டாமென்று விட்டுவிட்டேன்.

ககுயிட்டா தேசியப் பூங்கா

அடுத்த நாள் ஒரு பொதுப் பேருந்தைப் பிடித்துச் சுமார் இருபது நிமிடப் பயணத்தில் இருக்கும் ககுயிட்டா தேசியப் பூங்காவிற்குச் செல்ல விரும்பினேன். ககுயிட்டா தேசியப் பூங்காவுக்குப் போவதற்காக புயர்தோ வியகோவிலிருந்து பஸ் ஏறினேன். அது ஒரு பொதுப் பேருந்துதான். நன்றாகவே இருந்தது. பேட்டரியில் ஓட்டுவார்களோ அல்லது பின்புற எஞ்சினோ தெரியவில்லை. பின்னால் சத்தமாக இருந்தது. அமர்ந்திருந்தேன். இருபது நிமிடப் பயணம். ஒரு அம்மா வந்த போது அதற்கு இடமில்லை. எழுந்து இடம் கொடுத்தேன் கிராசியாஸ் என்று அமர்ந்து கொண்டார்.

அது நம் ஊரைப் போலவேதான் இருக்கிறது. பெரும்பாலும் மன்னார்குடிப் பகுதி போல இருக்கலாம். வாழை, தென்னை, அடர்ந்து வளர்ந்த எல்லாம். ககுயிட்டா பூங்காவில் நுழைந்தபோது எங்கு போவதெனத் தெரியாமல், போகாதே என்ற பக்கத்தில் சரியாகப் புகுந்து போக ஆரம்பித்தேன். அது மோடார் வண்டிகள் செல்லும் வழி. யாரையுமே காணோம். சரியான வெய்யில். குறுக்கே ஓடியது ஒரு ரக்கூன். அதைத் தவிர ஒரு சின்னூண்டு நண்டு.

இவற்றைத்தாம் அந்த வழியில் பார்த்தேன். அப்படியா சொன்னேன். இல்லை. பல மரங்கள், செடிகள், பூக்கள் என்று சென்ற அந்த ஒழுங்கைப் பாதையில் ஒரு வண்டியில் ஹிஸ்பானிக் ஆட்கள் மரம் வெட்டும் ஆயுதங்களோடு வந்தார்கள். கொஞ்சம் பயமாகத்தான் இருந்தது. ஆனாலும் ஒன்றும் நடந்துவிடவில்லை. அவர்கள் தம் வேலையைப் பார்த்தார்கள். நான் என் வழியே சென்றேன். கண்களில் பயத்தைக் காட்டக்கூடாது பாருங்கள். சற்று நடந்தபோது கடலின் இரைச்சல் கூடிக்கொண்டே வந்தது. ஆமாம், அந்தச் சாலை கடற்கரையில் கொண்டுபோய் விட்டது. புயர்தோ வியகோவின் கடல் அலைகள் நீல நிறமானவை. மணல் வெண்மையிலும், சாம்பல் பூத்தும், சில இடங்களில் கருமையாகவும் இருக்கும். செயிண்ட் பார்த்தில் இருந்தவை போன்ற எரிமலை வெடித்துக் கக்கிய குழம்புகள் இங்கும் உண்டு.

செம்பொட்டு பதிந்த வெண் பவளங்கள் இங்கும் உண்டு. அந்த ஒழுங்கையில் வெய்யில் அதிகமாக இருந்தது. நாம் ஏதோ தவறான பாதையில் செல்கிறோம் என நினைத்தேன். அங்கு ஒரு பெரிய மூங்கில் காடு இருந்தது. கூட்டமாக மூங்கில் மரங்கள். அவற்றைக் கடந்த பிறகு சரி, திரும்பிப் போய்ப் பார்க்கலாம் என நினைத்துத் திரும்பினேன். பிறகு முகப்பு வரையில் சென்ற பிறகுதான் தெரிந்தது, அந்தப் பக்கம் இன்னொரு வழி இருப்பது. எப்படியும் சரியான வழிக்கு வந்துவிடுவோம் என்று மகிழ்கிறேன். அது மரங்களால் கட்டப்பட்ட நடைபாதை. ஒழுங்காக அமைக்கப் பட்டிருந்தது. இரண்டு மூன்று பேர் தாராளமாக நடந்து செல்லும் அகலத்தில் இடுப்பளவு

உயரத்தில் சட்டங்களுடன். பாதுகாப்பாகவும் அழகாகவும் இருந்தது. அதில் நடந்து சற்று தூரம் சென்றவுடன் இருவர் ஏதோ படமெடுத்துக் கொண்டிருந்தனர். அதிலிருந்த பெண்மணி, இங்கே வந்து பார் ஒரு டுகான் என்றார். ஆம், அங்கே இரண்டு டுகான் பறவைகள் அலகுகளை ஆட்டி, இறகுகளை அசைத்து அமர்ந்திருந்தன. அதற்கு மேற்கிளைகளில் சில குரங்குகள் ஓடித் திரிந்தன.

அலறும் குரங்குகளின் சத்தமும் கேட்டது. பிறகு நடந்துகொண்டே இருந்தேன். எத்தனையோ விதமான மரங்கள். வாழையைப் போலவே இருந்த பல தாவரங்கள், வண்ணச் சிவப்பில் இருந்தன. சில தென்னை மரங்கள் பேய்த் தென்னை என்பதைப் போல மிகப் பெரிய ஓலைகளுடன் விரிந்திருந்தன. அண்ணாந்து பார்க்கும் வானுயர மரங்கள். அவற்றைத் தொட்டுப் பார்த்தேன். சில நேரம் கண்களில் ஒற்றிக் கொண்டேன். சில மரங்களைத் தொடும்போது மனம் சிலிர்த்தது. திரும்பி வரும்போது தங்க நிற இமைகளைக் கொண்ட விரியன் மஞ்சள் நிறத்தில் சுருண்டு கிடந்தது. காலடிக்கு அருகில்தான் கிடந்தது. கடந்து வந்த பிறகுதான் ஒரு அம்மா இங்கே பார் அது பாம்பா என்றார். திரும்பித் தாக்கியிருந்தால் தெரிந்திருக்கும் கதை.

புயர்தோ வியகோவிலும் சரி, சான் ஓசே போன்ற ஊர்களிலும் சரி, கோஸ்ட ரிகா ஒரு பயணிகளுக்கான நாடு என்று தோன்றிக்கொண்டே இருக்கும். உலகே ஒரு ஊர்தான் என்பதை, யாதும் ஊரே என்பதை இங்கு காணலாம். ஒருத்தி பல்கேரியாவில் பிறந்திருக்கிறாள். பின்லாந்தில் படித்தாள். குரோவேஷியாவில்

வேலை பார்த்தாள். இங்கே இருக்கிறாள். மீண்டும் குரோவேஷியாவிக்குச் செல்வாள். இன்னொருத்தி அமெரிக்காவின் அயோவாவில் பிறந்து வளர்ந்து போர்ச்சுகலில் துணைவன், கணவன் இல்லை துணைவன், இங்கே அவள் படிக்கிறாள். ஸ்பெயின், பிரான்சு என்று சுற்றித் திரிகிறாள். இவர்கள் மக்களையே தேடுகிறார்கள். ஆன்மாவின் அந்தரங்கமான அமைதியை எங்கெங்கோ தேடி அலைந்து கடைசியில் தமக்குள், அல்லது இன்னொருவரின் கனிந்த சிரிப்பில் அணைப்பில் கண்டுபிடித்துக் கொள்கிறார்கள். துருப்பிடித்துச் சாதலை இவர்கள் விரும்புவதில்லை. வேலை, வீடு என்று ஒன்று, குடும்பம் என்று ஒன்று, என்று பெரிதாக அலட்டிக் கொள்ளாமல் திரிகிறார்கள். ஒருவேளை இவர்களது இளமைக் காலத்தினால் இவ்வாறு திரிந்துவிட்டுப் பிறகு ஒரு முப்பது நாற்பது வாக்கில் மெதுவாக ஓரிடத்தில் நிலை கொள்ளலாம் என நினைக்கலாம்.

சாக்லெட் பிடிக்குமா?

அன்று மாலை ஒரு கோகோ பண்ணைக்குச் சென்றேன். ககாவ் என்று என்று அந்த மரத்துக்குப் பெயர். அதன் கொட்டையிலிருந்துதான் சாக்லெட் தயாரிக்கும் கோகோ மாவு கிடைக்கிறது. ஆஸ்கார் அந்தக் கோகோ பண்ணையில் வேலை செய்கிறார். நிகராகுவாவில் பிறந்தவர். சின்னப் பிள்ளையாக இருந்தபோதே இந்த நாட்டுக்கு வந்துவிட்டவர். கருப்பரினத்தைச் சேர்ந்த ஒரு முப்பது வயதுக் காரர். ஒரு முனிவரைப் போலத் தலையில் சடையாக முடி பின்னித் தொங்கிக் கிடந்தது. கொஞ்சம் முடிந்தும் வைத்திருந்தார். கழுத்தில் ஒரு மஞ்சள் நிற மாலை, அது விதைகளால் ஆனது. இது என்ன மாலை என்றேன். இது நடக்கின்ற பனையின் விதை என்றார். நடக்கின்ற பனை, வாக்கிங் பால்ம் என்பது தண்ணீரின் இருப்பிடத்துக்குத் தகுந்தாற்போல் தன் தண்டை, மரத்தைச் சரித்து, வேரை இன்னொரு இடத்தில் ஊன்றி மீண்டும் புதிய இடத்தில் வளருமாம். அதாவது முன்பிருந்த இடத்தில் இல்லாமல் சற்றுத் தள்ளி நகர்ந்து வளருமாம்.

அவர்தான் அந்த கோகோ பண்ணையைச் சுற்றிக் காண்பித்தார். ஸ்லாத் எனப்படும் ஒரு விலங்கு மரக் கிளைகளுக்குள் தூங்கிக் கிடப்பதைக் காட்டினார். வானவில் வடிவில் அலகுகளைக் கொண்ட ஒரு டுகான்

பறவை, செம்மஞ்சள் நிறத்தில் தோலைக் கொண்ட ஒரு விஷத் தவளை, முயல் மாதிரி இன்னொரு பிராணி, மரத்தில் பருத்து வளர்ந்த கரையான் புற்று, என்று போகின்ற வழியில் இருப்பதையெல்லாம் காட்டினார். ஒரு வாழைப்பழத்தில் விதைகள் பெரிதாக, ஆப்பிள் விதை அளவுக்கு இருக்குமாம். அதைச் சாப்பிடுவதில்லை. அவை காட்டுப் பழங்கள். ஆனால் விதைகளைத் துப்பிவிட்டுச் சாப்பிடலாம். அவை விலங்குகளால், பூச்சிகளால் ஒருவேளை கடிபட்டிருக்கலாம் என்றார். எலுமிச்சங்காய்களை வைத்துக் கவண்களால் டுகான்களை அடித்தது, வாழை மட்டையில் தீயைப் பற்றவைத்துத் தேன் எடுத்தது என்று தனது சிறு வயதுக் குழப்படிகளை ஆஸ்கார் சொன்னார். ஆனால் டுகான்களை அடிப்பது போன்றவை இப்போது சட்ட விரோதம்.

கோகோ மரத்தின் காய்களை வெளியிலிருந்து பார்த்தால் இலவம்பஞ்சுக் காய்களைப் போல் இருக்கும். அதைப் போலவே சற்றே வரி வரியான வழவழப்பான தடித்த தோல். கொஞ்சம் உருண்டையாகவும் இருக்கும். அளவு கிட்டத்தட்ட அப்படித்தான். அவற்றில் பச்சை, சிவப்பு காய்கள் உண்டு. மூன்று விதமான கோகோ மரங்களை அந்தப் பண்ணையில் வைத்திருக்கிறார்கள். கொகோ இயற்கையாக இருக்கும் மரம். அவர்கள் நட்டு வளர்க்கவில்லை. அவை இருநூறு ஆண்டுகளுக்கும் மேலாக இருக்குமாம். அவற்றின் இலைகள் ஆடாதோடை இலைகளைப் போல ஆனால் அவற்றை விடச் சற்றே பெரிதாக இருந்தன. அந்தப் பண்ணையில் சாக்லெட் தயாரிக்கும் சிறிய வீட்டுக்கு அல்லது தொழிலகத்துக்குக்

கூட்டிக் கொண்டு போனார். அது சற்றே மேடான இடத்தில் இருந்தது. அங்கிருந்து பார்த்தால் அழகிய விரிகடல் தெரிந்தது. நடுவே பள்ளத்தாக்கு போல நகரின் மரங்கள் செறிந்திருந்தன.

ஒரு பச்சையான கோகோ பழம் கனியும்போது மஞ்சளாகிறது. அதைப் போலவே சிவந்த, அல்லது ஊதா நிறம், பர்ப்புள் அல்லது வயலெட், நிறமான பழங்களும் உண்டு. ஒரு மஞ்சள் பழத்தைத் தேங்காய் உடைப்பது போல அரிவாளால் ஆஸ்கார் உடைத்துக் காட்டினார். அதன் உள்ளே பழங்களின் சுளைகள் சீதாப்பழத்தின் கனிகளைப் போல, மங்குஸ்தான் கனிகளைப் போல கூட்டுக் கனியாக இருந்தன. பழத்தைச் சுவைத்த போது அது புளிப்பாகவும் இனிப்பாகவும் இருந்தது. கொட்டையையும் சாப்பிடலாம் என்றார். அவை கொஞ்சம் துவர்ப்பும் கசப்பும் கலந்தவாறு இருந்தன.

நாம் ஒரு சாக்லெட்டை ருசிக்கும்போது, அதனைக் கடிக்கவோ மெல்லவோ கூடாது. முதலில் அதைக் கையால் ஒடிக்க வேண்டும். அதன் ஒடிப்புத் தன்மை, அதன் சத்தத்தை உணர வேண்டும். பிறகு அதனை முகர்ந்து பார்க்க வேண்டும். நம் ஊரில் ஊருக்கு ஊர் சுவை மாறுபடும் மாமரங்களைப் போலத்தான். ஒவ்வொரு கொகோ மரத்தின், அல்லது அந்த நிலப்பகுதியின் மரத்தின் கொட்டைகளும் வித்தியாசமான மணமும் குணமும் கொண்டவை. அந்த மணத்தை நுகர்ந்த பிறகு அந்த சாக்லெட் துண்டினை மெல்ல வாயிலிட்டு மெதுவாக மேலன்னத்திலும் நாக்கிலும் படுமாறு வைத்துச் சப்பிச் சுவைக்க வேண்டும். ஒரு சாக்லெட்டைப் பற்களால்

கடிப்பதோ மெல்லுவதோ அசிங்கமானது என்றார் ஆஸ்கர். ஒரு நல்ல சாக்லெட்டில் 72 சதவீதம் கொகோவும், 28 சதவீதம் சர்க்கரையும் இருக்கவேண்டும். அப்போதுதான் அதில் கசப்பும், இனிப்பும் கலந்திருக்குமாம்.

கோகோ விதைகளை அறைக்கும்போது அவற்றில் விரும்பிய வாசனை, அல்லது சுவைகளை மாற்றும் பொருட்களை இடலாம். உதாரணமாகக் கருவாப்பட்டை, கிராம்பு, சாதிக்காய், ஏலக்காய், துளசி, மிளகாய், உப்பு என எதை வேண்டுமானாலும் மணத்துக்கும் ருசிக்கும் ஏற்றவாறு இடலாம். வெறுமனே எதையும் இடாமல் 100 சதவீதம் கொகோவாகவே சாப்பிடலாம். இந்த செய்முறை விளக்கத்தின்போதே ஒவ்வொன்றாகக் காட்டினார். பழத்தை, அதன் சுளைகளை, வறுத்த கொட்டையை, பொடியாக்கிய விதையை, அரைத்த பாகினை, பிறகு முழுவதுமாக முடித்த வில்லையை, அப்புறம் பல்வேறு விதங்களில் மணமும் ருசியும் சேர்த்த சுமார் 12 விதமான சாக்லெட்டுகளைச் சுவைக்கக் கொடுத்தார்.

கீழே இருக்கும் கடையில் வாங்கிக் கொள்ளலாம் என்றார். சிலவற்றை வாங்கிக் கொண்டேன். ஆஸ்கார் ஒரு நல்ல வழிகாட்டி, கதை சொல்லி, சிரிக்க வைக்கும் திறங்கொண்டவர். தினமும் மூன்றிலிருந்து ஆறு கொகோ சுளைகளைச் சாப்பிட்டால் இளமையாக வாழலாமாம். ஆஸ்காரின் தாத்தா 112 வயது வாழ்ந்தாராம். கொகோ, வன்னிலா, தேன், கொஞ்சம் மிளகாய் கலந்த ஒரு பானத்தையும் கொடுத்துக் குடிக்கச் சொன்னார். அதுவும் நன்றாகவே இருந்தது. யாவருக்குமான இளமைக்காக, நல்லெண்ணத்துக்காக, மேம்பாட்டுக்காக அதனைக்

குடித்து மகிழ்ந்தோம். அந்த கொகோ பண்ணை நடையில் பங்கேற்ற சுமார் 12 பேரில் இரண்டு ஜெர்மானியரைத் தவிர மற்ற அனைவருமே அமெரிக்கர்கள். அதனால் ஆஸ்கர் அடிக்கடி ஓகிடோகி என்று சொல்லிக் கொண்டிருந்தார். அமெரிக்கர்களிடம் அப்படிச் சொல் என்று யாரோ சொல்லிக் கொடுத்தனர் போலும். அவரே கற்றிருக்கலாம்.

ஒரு நாட்டு மக்களின் நலமான வாழ்வு என்பது அந்த மண்ணையும், அதில் வளரும் தாவரங்களையும் அதன் செழிப்பையுமே சார்ந்தது. செழித்த சூழலில் வாழும் வளரும் மக்கள் வஞ்சனை அறியாது இருக்கிறார்கள். கவர்வது அறியாமல் பகிர்ந்து வாழ்கிறார்கள். வறட்சி என்பது மனதிலும் உடலிலும் அவர்களிடம் இல்லை. இதே மக்களின் வாழ்க்கையைக் கடும் சோதனைக்குள்ளாக்குவது டூரிசம் என்ற பெயரில் விளைந்திருக்கும் விலையேற்றம்.

இங்கு வரும் பன்னாட்டுப் பயணிகளுக்காகக் கடைக்காரர்கள் விலையினை ஏற்றுவது கிட்டத்தட்ட அமெரிக்க விலையில் விற்பது உள்ளூர் மக்களை வெகுவாகப் பாதிக்கும். அது இடமாக இருந்தாலும் சரி, பொருளாக இருந்தாலும் சரி, அது இவர்களால் சுலபமாக வாங்க முடியாதபடி வைத்திருக்கிறது பொதுப் பொருளாதார நிலை. ஆனால் அதுவேதான் இவர்களது வாழ்வாதாரமும். எனவேதான் பெரும்பாலானோர் ஏதேனும் ஒரு பயணம் சார்ந்த தொழிலில் ஈடுபட்டுள்ளனர். அல்லது அவர்களுக்குத் தேவையானவற்றை அவர்களே உற்பத்தி செய்துகொள்கின்றனர். வெளிநாட்டுக் காரர்களுக்கான சந்தைகளைத் தாண்டி சிறிய உள்ளூர்ச்

சந்தைகளில் குறைவான விலையில் பண்டங்களை வாங்கிக் கொள்ளலாம் என்று சிலர் கூறினார்கள். இந்தச் செழிப்பில், எவருமே உணவைக் குறைத்து வாழலாம் போலும். ஆஸ்கார் சொன்னார், நாம் இங்கே படுத்துக் கொண்டால் நாமும் வளர்வோம், அப்படிப்பட்ட மண் எல்லாம் வளரும் என்றார். அதுபோல இந்த மண்ணில் தோல் வறளவில்லை, முகம் சுருங்கவில்லை. தண்ணீர்ச் சத்து உடலில் குறையவில்லை. காற்றிலிருந்தே எல்லாச் சத்துகளும் உடலில் ஏறிவிடுகிறது போலும்! நீள்வனம், விரிவானம், ஓங்குமலை, அலைகடல், ஆழ்நிலம் யாவற்றினூடும் புறப்பட்டுப் புக்குத் திரிகின்ற வாயுவே எம்முடலிலும் உயிரிலும்! நீ வாழி!

ஆன்றூவின் கையில் ஒரு சிலந்தி

அந்தக் கள்ளமற்ற செழிப்பான கோஸ்ட ரிகாவின் ஒரு வெள்ளையுள்ளம்தான் ஆன்றூ. அவர் அவனியின் கணவர். சுமார் 35 வயதிருக்கலாம். அமெரிக்காவின் நியூ ஹாம்ப்ஷயர் மாநிலத்திலுள்ள டர்காம் நகரில் பிறந்தவர் அல்லது அங்கே வளர்ந்தவர். கடுமையாக உழைக்கிறார். மண்ணைக் கொத்தி, பதப்படுத்தி, வீடு கட்டி, ஏறி இறங்கி எல்லா வேலைகளையும் செய்கிறார். நேற்று ஒரு புதிய கட்டிடத்துக்கு அடிக்கல் நாட்டினார்கள். அமாசெர் என்றால் அன்புடன் இருத்தல் என்று பொருள்படும். அவர்கள் அன்பும், அறமும், வளமும் நிலைத்து வாழட்டும். நல்ல மனிதர்கள்.

ஒரு காலை நேரம் ஆன்றூவிடம் பேசிக் கொண்டிருந்த போது அருகே ஒரு சிலந்திவலை இருந்தது. பார்த்து என்றேன். ஏனென்றால் சிலந்திகள் கடிக்கும், அதன் வலை உடலில் அரிப்பை ஏற்படுத்தும் என்று எனக்கு அனுபவம். அடே இது ஒன்றும் செய்யாது. நல்ல சிலந்தி என்றார். அந்தச் சிலந்தியை அந்தப் பகுதியில் எங்கு பார்த்தாலும் கண்டிருந்தேன். ஒவ்வொரு இடத்திலும் அது மிகவும் பெரிதான கூடுகளை, ஆமாம், பல

சிலந்திகள் சேர்ந்து கட்டியிருக்கும் பல்வேறு வலைகளை ஒன்றாகப் பார்த்து மிரண்டு போயிருந்தேன். அருகில் செல்லப் பயமாக இருந்தாலும் முடிந்தவரை அவற்றைப் படமெடுத்தேன். அவை எவ்வளவு அழகாக இருந்தாலும் சிலந்திகளைக் குறித்த எனது அச்சத்தால் அவற்றை ஒரு மிரட்சியோடுதான் அணுகினேன். ஆனால் ஆன்றூ அந்தச் சிலந்தியைக் கையால் பிடித்தார். அது அவர் கைகளில் ஒரு செம்பட்டுப் பூச்சியைப் போல, வண்டைப் போல அழகாக ஊர்ந்து, கையை விட்டு இறங்க மறுத்தது.

பிறகு ஒரு வழியாக ஒரு செடியின் மேல் அதை விட்டார். இது கடிக்காது. இவற்றின் வலை மிகவும் கடினமானது என்றார். இங்கே தொட்டுப் பார் என்று வலையின் ஒரு நூலைக் காட்டினார். தொட்டேன். ஆமாம், அது மற்ற சிலந்தி வலைகளைப் போலத் தொட்டதும் அறுந்து போகவில்லை. இது கிதாரின் கம்பியைப் போன்றது. ஒரு ஆள் இங்கே வந்தவர், ஒரு நாள், இந்த வலைகளை எடுத்து தனக்கு ஒரு மணிக்கட்டுக் கயிறு செய்துகொண்டார் என்றார். வலையைக் கலைத்துவிட்டாலும் மீண்டும் அவை உடனே கட்டிக் கொள்ளும். இங்கு பார் என்று ஒரு பெரிய வலையின் பல இழைகளைக் கீழிருந்து மேலாகச் சேர்த்துப் பிடித்து ஒரு நூலாக்கினார். கயிறு திரிப்பவர்களைப் போல எல்லா இழைகளயும் சேர்த்து உருவி ஒன்றாக்கினார். ஒரு கடினமான நூலாக அது மாறியது. அதை ஒன்று சேர்த்து மடித்து, மடித்து ஒரு ஆறு சென்டிமீட்டர் நூலாக மாற்றியபோது அது நோட்டுப் புத்தகம் தைப்போமே டொய் நூல் என்று சொல்வோமே, அந்த நூலைப் போலக் கடினமாக இருந்தது. ஆச்சரியம்

என்னவென்றால், இதனை வைத்து புல்லட் புரூப் ஜாக்கெட் செய்வார்கள் என்றாராம் அந்த மணிக்கட்டுக் கயிறு செய்துகொண்ட மனிதர். அட என்று வியப்பாக இருந்தது.

அப்போதுதான் அவரிடம் சொன்னேன். இது சிலந்தியின் சுரப்பு, ஒருவகையில் எச்சில் போல என்று சொல்லலாம். பட்டுப் பூச்சியின் கூடு போல. பட்டுக் கூட்டைக் கொண்டு அரக் அபிரேஷம் என்றொரு மருந்தை இதய நோய்க்காக யுனானியில் செய்வார்கள். அந்தப் பட்டுக் கூட்டைக் காய்ச்சிய நீரைச் சீனர்கள் குடிப்பார்கள். அது ஒரு விதக் கவிச்சி அடிக்கலாம், ஆனாலும் அதைக் குடித்தால் நல்லது என்று குடிப்பார்களாம். அதாவது பட்டுக் கூட்டை, உள்ளே புழு இருக்கும் பருவத்தில் அறுவடை செய்யும் போது அதனை அப்படியே அவிப்பார்களாம், அந்த நீரைத்தான் சூப்பு போலக் குடிப்பார்களாம். அதைப் போலவே ஒரு பறவை (Indian swiftlet) தனது எச்சிலாலேயே கூட்டினைக் கட்டி அதில் முட்டையிடும். குஞ்சு பொரித்ததும் கூட்டை விட்டுச் சென்றுவிடும். அந்தக் கூடுகளை எடுத்துக்கொண்டு வந்து செய்யப்படும் சூப்பு மனிதர்களை இளமையாக்கும் என்று கிழக்காசிய நாடுகளில் நம்பிக்கையோடு உண்ணப்படுகிறது.

மேலும் சிறிது படித்தபோது கிடைத்த தகவலின் தொகுப்பினைக் கீழே தருகிறேன். அதாவது இந்த வகை சிலந்திக்கு கோல்டன் ஆர்ப்ஸ்பைடர் என்று பெயர். அந்தச் சிலந்திவலையும் ஒருவகையில் மஞ்சள் நிறத்தில் இருக்கும். அதில் ஸ்பைடிராயின் என்றொரு புரதம் இருக்கிறது. அது சுமார் 46 அமினோ அமில வரிசையின் பன்மடங்கு வடிவம்.

அலனனின், கிளைசின் போன்ற அமினோ அமிலங்கள் மிகுந்திருக்கும். இந்த வலை மிகவும் உறுதியானது. இதனைச் சிலந்தி வலையிலிருந்து எடுப்பதை விட, மரபணு அறிவியலின் மூலம் உருளைக் கிழங்கு , புகையிலை போன்ற தாவரங்களிலும், ஆட்டுப் பால் இவற்றிலெல்லாம் சுரக்குமாறு செய்யலாம், அதன் மூலம் நிறைய புரதத்தினைப் பெறலாம். அப்படிக் கிடைக்கும் புரதத்தைக் கொண்டு பயோ ஸ்டீல் என்ற ஒரு கம்பெனி பல்வேறு விதமான பொருட்களை உதாரணமாக புல்லட் புரூப் உடையைத் தயாரிக்கிறதாம். இயற்கையிலிருந்து எவ்வளவோ கற்றுக் கொள்கிறோம். பெற்றும் கொள்கிறோம். ஒரு அற்பப் பூச்சி என்று எதனையும் இகழ்ந்துவிடவேண்டாம்   பார்த்துக்கொள்ளுங்கள்! பிறப்பொக்கும் எல்லாவுயிர்க்கும்!

கோஸ்ட ரிகாவின் கடலோரப் பகுதிகளில்தான் எவ்வளவு மீன்கள், தென்னை மரங்கள், வாழையின் வகைகள் மண்டிக் கிடக்கின்றன! கவனிப்பாரற்று வாழைக் குலைகள் கிடக்கின்றன. பாதைகளைச் சரிசெய்ய இவர்கள் வாழைகளை வெட்டி எறிய வேண்டியிருக்கிறது. ஆஸ்கார் கூறியபடி எதைப் போட்டாலும் வளரும் மண். நீ படுத்துக் கொண்டால் நீயும் வளர்வாய் என்றானே அது உண்மைதான். இவ்வளவு மீன்கள் இருந்தாலும் இங்கே கருவாடு இல்லை. ஏனென்றால் இங்கே இருக்கும் ஈரப் பதம் அப்படி. துவைத்துப் போட்ட துணிகளே காய்வதில்லை என்றால் அப்புறம் கருவாடு எங்கே. வேண்டுமானால் அதற்கென்று தனியாக ஒரு டிரையர் வைத்துக் கொண்டு தயாரிக்கலாம். ஆனால் அதற்கான

சந்தை பெரிதாக இருந்தால்தான் செய்ய முடியும். புயர்தோ வியகோவில் நான் இருந்தபோது அநேகமாகத் தினமும் மழை பெய்தது. இது மார்ச்சு மாதம். காய்ந்த காலத்தின் முடிவு. சுமார் நவம்பர் முதல் ஏப்ரல் வரை நன்கு காயுமாம். அதன் பிறகு ஏப்ரல் முதல் செப்டம்பர் வரை நல்ல மழைதானாம். ஜூலையில் ஒரு மூன்று வாரம் வெயில் அடிக்குமாம்.

மழை அடித்தாலும் குளிரவே குளிராது. நனையலாம். நேற்று நான் ஒரு வெள்ளை நிற பாஞ்சோவுக்குள் முகம் மட்டும் சிறிதாகத் தெரியுமாறு அணிந்துகொண்டு கடைக்குப் போவதற்காக வந்தபோது தூறலில் ஆண்று காபி குடித்துக் கொண்டு பேண்டும் டி-சர்ட்டுமாக நின்றார். என்னைப் பார்ப்பது சிரிப்பாக இருக்கலாம் என்றேன். சிரித்தார். இல்லை, நீ நனையாமல் இருப்பாய் என்றார். கடைக்குப் போவதற்கும் மழை விடுவதற்கும் சரியாக இருந்தது. ஆனால் நான் ஒருவன்தான் அந்தப் பகுதியிலேயே இப்படி ஒரு மழைக் கவசத்தோடு போனவன். வேறு ஒருவரும் மழையைச் சட்டை செய்யவில்லை. சாதாரண சட்டையிலேயே போனார்கள், வந்தார்கள், நின்று காபி குடித்தார்கள். நல்லவேளையாக மழையும் விட்டது. அந்த வெள்ளைப் படுதாவை மடித்துப் பைக்குள் வைத்துக்கொண்டு சாதாரண மனிதனாக நடமாட ஆரம்பித்தேன்.

அங்கே ஓர் உழவர் சந்தை

அந்த உழவர் சந்தையின் உள்ளே நுழைந்ததுமே அங்கிருந்த டேவிட் என்பவரின் கடையில் தேங்காய்ப் பாலுடன் ஒரு காபி குடித்தேன். சான் ஓசேயில் பிறந்தவன். இந்த பட்டர் புரூட், இல்லை, பிரட் புரூட்டை எங்கே வாங்கலாம் என்றேன். ஒரு கடையைக் காட்டி, அதோ அங்கிருப்பவர் பீட்டர், அவரிடம் போனால் பல்வேறு தாவரங்களைப் பார்க்கலாம். அவர் பண்ணை வைத்திருக்கிறார் என்றான். டேவிட்டிடம் சென்றேன். அவரும் சாக்லெட் பண்ணை வைத்திருக்கிறாராம். பல வருடங்களுக்கு முன்பு தெற்காசியாவிலிருந்து அல்லது தென்கிழக்கு ஆசியாவிலிருந்து, விதைகளைக் கொண்டுவந்து பல்வேறு தாவரங்களை வளர்த்து வருகிறாராம். பாம்பு பழம் என்று பாம்பின் தோலைப் போன்ற ஸ்றாப்ரி அளவிலான பழங்களைக் காட்டினார். அவரிடமிருந்து கொஞ்சம் பழங்களும் சாக்லெட்டும் வங்கிக் கொண்டேன்.

பழங்களை சார்ள்ஸ்டனுக்கு எடுத்துச் செல்ல முடியாது. ஆனால் பிரான்சிஸ்கோவுக்கும் ஆனந்திக்கும் கொண்டு செல்லலாம் என்று கொஞ்சம் பழங்களை வாங்கினேன். பிறகு ஒவ்வொரு கடையாகச் சுற்றி வந்தேன். கைவினைப் பொருட்கள், தோடுகள், மரத்தால் செய்த முகமூடிகள்,

நிறைய சாக்லெட்டும், சாக்லெட் பொடி, சாக்லெட்டின் வறுத்த கொட்டை, வறுக்காத கொட்டை, திடமாக்கப்பட்ட கட்டிகள் முடிக்கப்பட்ட சாக்லெட்டுகள் என்று பலரும் பல விதங்களில் கொகோவை வைத்திருந்தனர். தேன், அடைகள், கையால் செய்யப்பட்ட நகைகள் என்று இதர பொருட்களும் நிறைய இருந்தன. நிச்சயமாக அங்கு செல்லலாம். காலை ஆறு மணிக்குத் தொடங்கி பகல் 12 வரை இருக்குமாம். சீக்கிரம் போனால் நல்லதாக வாங்கிக் கொள்ளலாம். 6 மணிக்கே காய்கறிகளைச் சுறுசுறுப்பாக விற்க ஆரம்பிக்கிறார்கள். ஆனால் மற்ற கடைகள் சாவகாசமாக ஒரு 7-8 மணியைப் போலத்தான் செயல்பட ஆரம்பிக்கின்றன.

உழவர் சந்தையில் ஒரு மனிதர் தன் மனைவி, மற்றும் அந்த அம்மாவின் தோள்களில் தொற்றிக் கிடந்த ஒரு எட்டு மாதம் போன்று இருந்த ஒரு குட்டிக் குழந்தையோடு ஒரு கடையை எடுத்து வைத்துக் கொண்டிருந்தார். தோடுகள், கைகளில் அணியும் வளையங்கள், கயிறுகள், ஆம்பர் எனப்படும் மரப் பிசின் கட்டிகளால் செய்யப்பட்ட பலவகை அணிகள் ஆகியவற்றை விற்கும் கடையினை எடுத்து வைத்துக் கொண்டிருந்தார்.

எனக்கு மனிதர்களை அறிமுகம் செய்துகொள்வது பிடிக்கும். அவர் ஒரு கடைக்காரர் என்பதற்கு முன்னர் அவர் ஒரு ஆளாக எனக்கு நானும் அவருக்கு நானும் புலப்பட வேண்டும். வியாபாரமெல்லாம் பிறகுதான். ஆத்மாக்களின் கைகுலுக்கல் ஒவ்வொரு முறை நிகழும்போதும் நான் பரந்து விரிகின்றேன். அவர்களை நான் மறுபடியும் காண்பேனா என்பது உறுதியில்லை.

அவர்கள் எனக்காகச் சொல்லப்போகும் விலையும் அதிகமிராது, எனவே அதுவும் எனக்கு ஒரு பொருட்டல்ல. அல்லது ஏதேனும் சொத்தையான பொருட்களை நம் தலையில் கட்டி விடுவார்களோ என்ற ஐயமா என்றால் அதுவுமில்லை. இது மனிதரைத் தழுவும் ஒரு முறை. கண்களைப் பார்த்தல். புன்சிரிப்போடு பெயரைச் சொல்லிக் கொள்ளுதல். முடிந்தால் ஒரு கைகுலுக்கல். ஒரு அறியா வினாவோடு தொடங்குதல். அவர்களின் பொருளின் மீது ஒரு ஆர்வத்தைக் காட்டுதல். தெரியாதவற்றைத் தெரிந்துகொள்வதில் இயல்பான அக்கறை எடுத்துக் கொள்ளுதல். மேலும் நமக்கு அது குறித்து ஏதேனும் தெரிய வந்தால் அதனை அவர்களோடு பகிர்ந்துகொள்ளுதல். இந்தச் சின்ன உரையாடல்களின் மூலம் நாம் நம்பிக்கையையும், நல்லுணர்வையும் விதைக்கிறோம்.

நாங்கள் சார்ள்ஸ்டனில் சில வருடங்களுக்கு முன்பு நெல்லி மளிகை என்றொரு கடை வைத்திருந்தபோது நான் அப்படித்தான் இருந்தேன். விருப்பமுடன் பேசுதல், புன்சிரிப்போடு இருத்தல் அது போதும். அகனமர்ந்து ஈதலின் நன்றே முகனமர்ந்து இன்சொலன் ஆகப் பெறின். என் அம்மா அழகாகச் சிரிப்பார். அப்பாவும் தான். அப்பா சிறிய நகைச்சுவை என்றாலும் பெரிதாகச் சத்தம் போட்டுச் சிரிப்பார். பள்ளிக் கூடத்தில் கத்திக் கத்திப் பேசியதாலோ என்னவோ அவர் குரல் சத்தமாகவே இருக்கும். ஏன் இப்படிக் கத்துகிறீர்கள் என்று அம்மா சொல்வதுண்டு. அம்மாவின் இப்போதைய 84 வயதிலும் அவர் சிரித்துக் கொண்டுதான் இருக்கிறார். கூத்துதான்

அடிக்கிறிய என்பார் சிரித்து முடித்துவிட்டு. மலர்ந்த மனம் வாழவைக்கிறது.

அட, சொல்லவந்தது, அந்தச்சிறுகுடும்பிளடுத்துவைத்த கடையைப் பற்றியல்லவா. ஆமாம், அவரிடம் பேச்சுக் கொடுத்தபோது ஆங்கிலம் சுத்தமான அமெரிக்கனைப் போல இருந்தது. அமெரிக்கர்களின் ஆங்கிலம் எந்தக் கூட்டத்திலும் சட்டெனத் தெரிந்துவிடும். அதிலும் தெற்கத்தி ஆட்களுடைய பேச்சு தனியாகத் தெரியும். அதுவும் இன்னொரு வெள்ளந்திக் கூட்டந்தான். எந்த ஊரிலிருந்து வந்தாய் என்றேன். அது அமெரிக்காவின் ஜார்ஜியா மாநிலம் என்றார். அட, அப்படியா நான் பக்கத்தூருதான் எங்கே என்றேன். ஏதென்ஸ் என்றார்.

அட! பிறகு பேசியபோது தெரிந்தது. அவர் ஒரு அறிவியல் பட்டதாரி. எங்கோ ஒரு ஆய்வுக்கூடத்தில் வேலை செய்திருக்கிறார். கான்போக்கல் மைக்ராஸ்கோப்பியில் எல்லாம் ஏதோ வேலை செய்திருக்கிறார். என்னை ஒரு அறிவியலாளன் என்று அறிந்த பிறகு குளோனிங், செல் கல்ச்சர் என்று அத்தனைக் குறிப்பு வார்த்தைகளையும் கொட்டிவிட்டார். ஒருநாள் எல்லாவற்றையும் விட்டுவிட்டுப் பெட்டியைக் கட்டிக் கொண்டு கிளம்பிவிட்டார் பரதேசியார். வந்து நின்ற இடம் கோஸ்ட ரிகா. இடமும் விடவில்லை, பிறகு சம்சாரியாகவும் ஆகியாச்சு. தங்கிவிட்டார். மகிழ்ச்சியாக இருக்கிறேன் என்றார். போதுமே. பிள்ளை குட்டிகளை ஒழுங்காய் வளர்த்துக் கரையேற்ற, இருக்க இடம், உண்ண உணவு அப்படி இருக்க, கடனில்லாமல் உறங்கச் செல்ல, மனதை விட்டு வெளியேறி அந்தரத்தில் நின்று கலக்கச்

சில நேரம். போதுமே. அவன் வாழி. அவன் குடும்பம் வாழி. அழகிய வெண் பளிங்கு முகத்தில், நீல மணிகளைப் பதித்தது போன்ற கண்களால் அந்தக் குழந்தை என்னைப் பார்த்துச் சிரித்தாள். அவனிடம் என் மகளுக்காக ஒரு சிறிய மணிக்கட்டுக் கயிற்றை வாங்கிக் கொண்டேன். கிளம்பி அடுத்த கடைக்குச் சென்ற பிறகு அந்த அம்மா ஓடி வந்து ஒரு அழகிய சின்னஞ்சிறிய துணிச் சுருக்குப் பை ஒன்றைக் கொடுத்து அந்த மணிக்கட்டுக் கயிற்றை இதற்குள் போட்டுக்கொள் என்று சொல்லிவிட்டுச் சென்றாள். வாழ்வும் உறவுகளும் நுணுக்கமான செயல்களுக்குள் அண்டம் போன்று விரியும் உணர்வுகளைச் செறித்து வைத்திருக்கின்றன.

மெரிலின், சுருக்கமாக மெரி, ஒரு குரோவோஷியப் பெண். அவள் அங்கே அமாசெரில் தங்கியிருந்தாள். ஒரு நாள் வகுப்பிற்கு வந்தாள். பிறகு பேசிக்கொண்டிருந்தாள். அதன் பிறகு அன்றோ அதற்கு மறுநாளோ நான் உலவச் செல்லும்போது எதிரே வந்தாள். கையில் ஒரு இளநீரைப் பிடித்திருந்தாள். குடித்துவிட்டாளாம், வழுக்கையைச் சாப்பிட முடியாததால் தூக்கிக் கொண்டு அறைக்குத் திரும்புகிறாளாம். நான் சாப்பிடச் சென்று கொண்டிருந்தேன். நீயும் வருவதானால் மகிழ்ச்சி என்றேன். உனக்குப் பிரச்சினை இல்லையென்றால் மகிழ்வுடன் வருகிறேன் என்று திரும்பி நடந்தாள். சொந்த வாழ்க்கை, யோகப் பயிற்சிகள் என்று பலவற்றையும் பேசியபடி, தமாரா என்ற இடத்தில் சாப்பிட்டோம். அங்கு கோகோ லோகோ என்றொரு இளநீர் பானத்தைக் குடித்தேன்.

பிறகு இருவரும் திரும்பி வந்த போது அமாசெரில் ஆவணி, ஆன்றூ, மாடிசன், நிகோல், ரியோ எல்லோரும் அமர்ந்து பேசிக்கொண்டிருந்தனர். ரியோ அன்று மாலை கீழே விழுந்தபோது தூக்கிவிட்டிருந்தேன். அவனே எனக்குப் பாகற்பழத்தைத் தின்னலாம் எனக் காட்டித் தந்தவன். நான் சார்ள்ஸ்டனிலிருந்து வாங்கிக்கொண்டு சென்றிருந்த சாக்லெட்டைப் பார்த்து இவ்வளவு பெரிய சாக்லெட் பெட்டியை நான் இப்போதுதான் பார்க்கிறேன் என்று சொன்னானாம். அவற்றைப் பற்றியெல்லாம் பேசிச் சிரித்துக்கொண்டிருந்தோம். பிறகு வணக்கம் சொல்லிக் கிளம்பி நானிருந்த லீலா எனும் வீட்டிற்கு வந்தேன். நல்லதொரு நாள். இரவில் மாடிப் பலகணியில் பறவைகளின் கீச்சொலிகளைக் கேட்டபடி நின்ற பொழுதுகள் இனிமையானவை.

மன்சானியோ கடற்கரை

விடியலில் புரட்டப்படும் அந்த நினைவுக் குவியலில் அவன் ஒரு சிறுவனையே தேடிக்கொண்டிருக்கிறான். சித்தப்பாவின் கழுத்தைக் கட்டிக்கொண்டு தொங்கும் ஒருவனை, ஒரு கையால் இடுப்பிலிருந்து நழுவும் காற்சட்டையைப் பிடித்துக் கொண்டே மறு கையால் டயர் வண்டியைக் குச்சியால் டொக் டொக் என்று தட்டி ஓட்டியபடி ஓடும் அவனை. இன்னதுக்குத்தான் என்று வஞ்சமில்லாமல் கத்தித்திரிந்த அந்தப் பறவை சடக்கென்று வானைக் கடந்து பறந்து போனது. அண்ணாந்து அதையே மீண்டும் தேடிக்கொண்டிருக்கிறான். சின்னஞ்சிறியார்களைப் பார்க்கும்போது அவனே அங்கு நிற்கிறான். கள்ளமில்லாமல் திரிந்துகொண்டிருந்த அந்தப் பிஞ்சு வளர்ந்து காயாகியபோது கன்னங்கரிய நிறக் காமாதி ராட்சசப் பேய் என்னை இலக்காக வைத்ததென்னே பராபரமே என்றுதான் அரற்றுகிறான். அது பருவம். வளர்தலின் வலி. கடக்கத்தான் வேண்டும். சற்றே முதிரும்போதுதான் கனிகின்ற நெஞ்சம் மெல்ல வெளிப்படுகின்றது. கனியாவது ஞானம்.

அப்படித்தான் ஒரு அழகிய குழந்தையாய் ரியோ தெரிந்தான். அவனும் ஓடினான். சாலையோரமிருந்த பாதையில் ஓடியபோது தடுக்கி விழுந்து அழுதான்.

ஓடிச் சென்று தூக்கிவிட்டேன். ஆவணி, ஒன்றுமில்லை, சரியாகிவிடும் அழாதே என்றாள். தேற்றுவதற்கு ஓர் அன்னை இருப்பது ஆறுதல். தளரும்போது நம்மைக் கைதூக்கிவிடும் ஒரு சக்தி. அதனால்தான் அவள் சக்தியாயிருக்கிறாள். நான் பெற்ற செல்வம் நலமான செல்வம், தேன்மொழி பேசும் சிங்காரச் செல்வம் என்று அம்மா எனக்குப் பாடுகிறார். இன்றும் தொலைபேசியில் பாடுகிறார். தொட்டால் மணக்கும் சவ்வாது, சுவைத்தால் இனிக்கும் தேன் பாகு என்று பாடும்போது ரொம்ப மணத்த பிள்ளையைத்தான் பெற்று வைத்திருக்கிறீர்கள் என்று நான் சொன்னால் சிரிப்பார், அல்லது அழுவாரா எனத் தெரியாது.

காலச் சுழற்சியில் அன்னைகளும் பிள்ளைகளும் தோன்றி மறைகிறார்கள். குடும்பங்களும், உறவுகளும் கூடிக் கலைகின்றன. காட்சிகள் எவையும் நிலைப்பதில்லை. சொற்களும் காட்சிகளும் காண்பார் மனநிலைக்கேற்பப் பொருளைக் காட்டிச் சிரித்து மறைகின்றன. இது ஒரு பெரிய நாடகம். என்றோ தொடங்கி இங்கு நடக்கும் எந்தக் கதைக்கும் முடிவில்லை.

அமலா, ஆமாம், அது அவளது யோகாவிற்கான பெயர். அமலா முதல் நாளிலிருந்து கடைசி நாள் வரை என் வகுப்புகளுக்குத் தொடர்ந்து வந்தாள். சில நாட்கள் அவளே எனக்கு அமர்வதற்கான விரிப்பு, எழுது பலகை எல்லாவற்றையும் தயாராக வைக்கும் மாணவியாக இருந்தாள். வண்ணப் பேனாக்களையும், நோட்டுப் புத்தகத்தையும் கொண்டு கவனமாகக் குறிப்புகளை எழுதியும், கேள்விகளைக் கேட்டும் கற்றவள். அவளுக்கு

சுமார் மூன்று வயதில் ஒரு குட்டிப் பயல் இருக்கிறான். அவன் பெயர் கை. கை என்றால் வலிமையாம். ஆமாம் தமிழிலும் அப்படித்தான் என்றேன். இன்னொரு பெண் எலிசா. அவள் ஒரு யோக ஆசிரியையும்கூட. ஒரு மோட்டார் சைக்கிள் வைத்திருக்கிறாள். அந்த சாக்லெட் பண்ணையில் பார்த்தேனே ஒரு சடாமுடி முனி ஆஸ்கார், ஆமாம், அவனேதான், அவனை இவளுக்குப் பிடிக்காது. ஏனென்றால் இவளது நண்பியை அவன் ஏமாற்றிவிட்டானாம். எல்லா வானங்களிலும் மேகத்தின் இருள் உண்டுபோலும்!

எலிசா ஒரு சர்ஃபர், அதாவது ஒரு பலகையில் ஏறியபடி அலைகளோடு விளையாடுபவர்களை அலையாடி எனலாமா? அவள் கனடா நாட்டுக்காரப் பெண். நான்கைந்து வருடங்களுக்கு முன்பு ஒரு முறை இந்தப் பக்கம் கோஸ்ட ரிகாவைச் சுற்றுவதற்காக வந்தவள், அதற்குப் பிறகு இந்த நாட்டை விட்டுப் போகவில்லை. அமலா, நான், எலிசா மூவரும் அன்றைக்கு வகுப்பை முடித்துவிட்டு மன்சானியோ கடற்கரைக்குச் சென்றோம். அது சுமார் 12 கிலோமீட்டர் தெற்கே இருந்தது, புயர்தோ வியகோவிலிருந்து. அமலாவின் கணவன், வில், வந்து அழைத்துச் சென்று கடற்கரையருகில் இறக்கிவிட்டு விட்டு, பிறகு வந்து சாப்பிடும்போது கலந்துகொள்வதாகக் கிளம்பிச் சென்றார்.

நாங்கள் மூவரும் நடந்தோம். ஒரு சிறிய காடு, அதன் பிறகு ஒரு தொங்கு பாலம், மீண்டும் காடுகள், கடற்கரை என்று அழகாக இருந்தது அந்த நடை. ஒரு இடத்தில் நின்று பார்த்தபோது கடலினுள்ளே நின்றிருந்த

பாறையும், சுற்றிலும் ஆர்ப்பரித்து அடித்த நீல அலைகளும் மிகவும் அழகாக இருந்தன. அமலா பாடக்கூடியவள். அதோடுகூட கோப்பைகளை மணிபோல் அடித்துப் பயிலும் காங் எனப்படும் தியான முறையிலும் தேர்ந்தவள். எலிசா ஆசனப் பயிற்சிகளில் தேர்ச்சி பெற்ற ஆசிரியை. அவர்கள் எனக்காக வந்ததும் நிறைய படங்களை எடுத்ததும் மகிழ்வாக இருந்தது. நான் எல்லோருடனும் நிறையப் பேசினேன். மகிழ்வாக இருந்தேன். கல்லூரிக் காலங்களில் இருந்த என்னைப் போலத்தான் திரிந்தேன். அது என் சுடர். அவ்வாறு சுடர்வதுதான் என் அகம். பிறகு வில், கை அவர்கள் இருவரும் வந்து இணைய, ஒரு சிறிய கடையில் நாங்கள் ஐவரும் அமர்ந்து சாப்பிட்டோம். ஆளுக்கு ஒரு பியர் அருந்தினோம். நல்ல சாப்பாடும். பனாமாக் காரர்களின் சாஸ், மிளகாய் சாஸ், அருமையாக உறைக்கும்!

சென்று வருகிறேன் புயர்தோ வியகோ!

அன்றைக்கு புயர்தோ வியகோவிலிருந்து கிளம்பவேண்டிய நாள். அன்று காலையில்தான் அந்த மேலே சொன்ன உழவர் சந்தைக்குப் போய்விட்டுத் திரும்பினேன். முதல் நாளே பெட்டிகளை ஓரளவு ஒழுங்கு செய்துவிட்டிருந்தேன். இன்னும் சாப்பிட்டு முடிக்க வேண்டிய ஒரு கிரேனேடியப் பழமும், ஒரு வாழைப் பழமும் ஒரு மாம்பழமும் மீதமிருந்தன. காலையில் சந்தையில் குடித்திருந்த இளநீரும் அதனோடு சுவைத்த வழுக்கையும் வயிற்றுப் பசியைப் போக்கியிருந்தன. அந்தப் பழங்களையும் முடித்துவிட்டு வகுப்பிற்குத் தயாரானேன். இறுதி வகுப்பு உச்சாடாணத்தைப் பற்றியது. சிலர் புதிதாக வந்திருந்தார்கள். மெரி வந்திருப்பாள் என நினைத்தேன். வரவில்லை. நல்ல பிள்ளை, சற்றே ஏமாற்றந்தான்.

உன் வகுப்பிற்கு வர விருப்பம் ஆனால் பணமில்லை என்றோ, உன் புத்தகத்தை வாங்க விருப்பம் ஆனால் போதிய பணமில்லை என்றோ தெரிவித்த யாருக்கும் நான் இல்லையென்று சொன்னதில்லை. அவர்களே எனக்கு மிகவும் நெருக்கமான மாணவர்கள். அவர்கள் என்னைப் போன்றவர்கள். பிச்சை புகினும் கற்கை நன்றே என்று

கற்றலில் மட்டுமே அக்கறை கொண்டோர், பிச்சையில் அவமதிப்புக் கொள்ளாதோர். அவர்களது அன்பும் நன்றியும் மிகுந்த கண்கள் என்னோடு பேசிக்கொண்டே இருப்பவை. ஆனால் மெரி அப்படி ஏதும் கேட்கவில்லை. அன்று உணவுண்ணச் சென்றபோது அது என் செலவு என்று சொன்னபோது மகிழ்வுடன் ஒத்துக்கொண்டாள். அவள் ஒரு சுற்றுலாப் பயணி, தன்னளவில் வலைப்பதிவுகளை எழுதி, சில சில்லறை வேலைகளைச் செய்து தன்னைப் பார்த்துக் கொள்கிறாள். அமாசொரின் வலைத்தளம், இன்னபிற வேலைகளை அவள்தான் செய்கிறாள். பிறகு ஒரு நேரத்தில் மன்னிக்கவும் வரமுடியவில்லை, உன் புத்தகத்தை வாங்கிப் படிக்கப் போகிறேன் என்று செய்தி அனுப்பியிருந்தாள்.

அந்த உச்சாடாண வகுப்பிற்கு வந்திருந்த ஒரு புதிய மாணவி, அவள் பெரு நாட்டைச் சேர்ந்தவள் என்று சொன்னதாக நினைவு. ஆப்பிரிக்க, வெள்ளையினக் கலப்பில் இருந்தாள். அவள் பெயர் மியா என்றாள். ஆமாம், அந்தப் பாடகி என்றேன். ஆமாம், அவளைப் பிடிக்கும், என் நண்பரின் நண்பர் அவர், பழகுவதற்கு இனிய எளியவர் என்றாள். அவள்தான் அந்த இன்னொரு புத்தகம் வாங்க ஆசையிருந்தும் பணமில்லாமல் யோசித்தவள். அவளுக்கு அதைப் பரிசாகக் கொடுத்தபோது மிகவும் மகிழ்ந்தாள். உச்சாடாணத்தின்போது அவனியிடமிருந்தும் மற்றோரிடமிருந்தும் பல்வேறு விதமான ஆச்சரிய ஒலிகளும், இது அருமையானது என்ற ஏற்புணர்வும் வெளிப்பட்டுக்கொண்டிருந்தன. மகிழ்வாயிருந்தது.

அனைவரிடமும் அனைத்து விடைபெற்றேன். அவனி, அமலா, எலிசா மூவரும் வண்டி செல்லும் வரை நின்றிருந்தனர். வண்டியில் பெட்டியை ஏற்றி வைத்தது அங்கு வேலை செய்யும் ஒரு இளைஞன். ராபர்டோ என்ற பெயர் என நினைக்கிறேன். எப்போதும் தோட்டத்திலோ அல்லது ஏதேனும் வெளியிலோ வேலை செய்தபடியே இருப்பார். இதோ வருகிறேன் என்று தொலைவில் நின்றிருந்த ராபர்டோவிடம் போய் வருகிறேன் என்றும், நன்றி என்றும் தெரிந்த ஸ்பானிஷில் சொல்லிவிட்டு அவர் கையில் ஒரு ஐந்து வெள்ளியைத் திணித்துவிட்டுக் காரில் ஏறிக் கொண்டேன்.

மனம் கனத்தது. அமாசெர், புயர்தோ வியகோவைப் பிரிவது கடினம்தான். ஏன் எந்த ஊரோடும் உறவோடும் இப்படிஒட்டிக்கொண்டுவிடுகிறேன்எனத்தெரியவில்லை. இது ஆயிரமாயிரம் கைகளை நீட்டித் தழுவிக் கொள்ளும் ஒரு பெரு நெஞ்சமா, அல்லது ஆசைக் கடலின் அளவிலாப் பரப்பா, அன்புருவாய் நிற்க அலந்ததன் விளைவா. ஏதோ ஒன்று அது என்னை முழுமையாக்குகிறது, என் கண்களைப் பணிக்கச் செய்கிறது. அது இறைமயமாய் இருக்கிறது. என்னுள்ளிருந்து மேலேறும் ஒரு உணர்வுக்கு ஊற்றாய் இருக்கிறது. அது வாழி!

அமாசெரிலிருந்து கிளம்பியபோது என்னை ஏற்றிச் சென்ற வண்டிக்காரப் பையன் பெயர் சாகிர் என்றான். இசுலாமியப் பெயராகத் தெரிந்தபோதிலும் அவனது மதம் குறித்துக் கேட்கவில்லை. அவன் தனது பெற்றோரின் வாடகைக் கார் கம்பெனியில் வேலை செய்கிறானாம். சில நிமிடங்களில் வாடகைக் கார் நிலையத்துக்கு

வந்துவிட்டோம். அங்கிருந்து வாடகைக் கார் எடுத்து நானே ஓட்டிக்கொண்டு சான் ஓசேக்குச் செல்வதுதான் திட்டம். பெட்டிகளை மாற்றி வைத்தான். உள்ளே சென்றபோது சாகிரின் அப்பாவிடம் உன் பையன் நல்ல திறமைசாலி என்றேன். சிரித்தார். நான் கேட்டிருந்தது சிறிய கார்தான். ஆனால் அவரோ டயோட்டா ரஷ் என்ற ஒரு பெரிய வண்டியைக் கொடுத்தார். அது புத்தம் புதியது. சான் ஓசே வரையில் செல்வதற்கு, அங்கு ஒரு நாள் முழுக்கச் சுற்றுவதற்கு அதன் பிறகு விமான நிலையம் செல்ல என்று இரண்டு நாட்களும் மிகவும் பயன்படும் என்று எடுத்தது.

ஆமாம், அந்தக் கார் மிகவும் நன்றாகவே இருந்தது. நினைத்த இடங்களில் நின்று பார்க்கவும், புகைப்படங்களை எடுத்துக் கொள்ளவும், ஓரிடத்தில் நின்று சாப்பிடவும் பாங்காக இருந்தது. எனக்குக் காரோட்டுவது விருப்பம். நெடுந்தூரப் பயணங்களை எதையேனும் கேட்டுக்கொண்டே, விண்ணோடு பேசியபடியே கடந்துபோய்விடுவேன். தூக்கம் கண்ணைச் சுழற்றி வந்தால் மட்டுமே எங்கேனும் நிறுத்திவிட்டுத் தூங்குவது. இல்லையென்றால் இயற்கை அழைப்புகளுக்கும், வண்டிக்கு எரிபொருளுக்காகவும் மட்டுமே நிற்பது என்றாக்கிக் கொள்வேன். கனடாவுக்கு 14 மணி நேரம் தொடர்ச்சியாக ஓட்டுவதெல்லாம் அடிக்கடி நிகழக்கூடியதுதான். புயர்தோ வியகோவிலிலிருந்து சான் ஓசே வந்த ஒரு ஐந்தாறு மணி நேரப் பயணம். அலுக்கவே இல்லை.

பிரான்சிஸ்கோ வீட்டில் மீண்டும் ஒரு நாள்

சான் ஓசேயின் சாலைகள் குறுகலானவை. மேடும் பள்ளமும் நிறைந்தவை. மேடுகளில் ஏறும் சிறிய வண்டிகள் திணறும். சுத்தமான சாலைகள். சாலை விதிகள் பெரும்பாலும் மதிக்கப்படும். உள்ளூர்க் காரர்கள், எட்காரைப் போன்றவர்கள், சில மிகத் தெரிந்த இடங்களில் வளைவுகளில் நிறுத்தச் சமிக்ஞைகளில் கூட நிறுத்தாமல் சர் சர் என்று பறப்பார்கள். ஊபர் காரர்கள் ஓரளவுக்கு விதிகளை மதிக்கிறார்கள். நேராக பிரான்சிஸ்கோ-ஆனந்தி வீட்டுக்குத்தான் சென்றேன், அப்படித்தான் ஏற்பாடு.

அந்தக் கதவிடப்பட்டு பாதுகாப்பான குடியிருப்பின் காவலாளி அடையாளம் கண்டுகொண்டதுபோல செக்போஸ்டின் தடுப்பை ஏற்றிவிட்டுச் சிரித்தார். பிரான்சிஸ்கோவும், ஆனந்தியும் மகிழ்வுடன் வரவேற்றனர். ஏதோ என் வீட்டுக்குள் என் அறைக்குள் செல்வது போலவே சென்றேன். புயர்தோ வியகோவிலிருந்து அவர்களுக்கு வாங்கி வந்திருந்த பழங்களைக் கொடுத்தேன். மகிழ்வுடன் பெற்றுக் கொண்டனர். அவர்கள் கராஜில் ஏதோ வேலையாக

இருந்தனர். அதை முடித்துவிட்டு இரவு உணவுக்கு வெளியே செல்லலாம் என்றனர். மகிழ்ச்சி என்றேன்.

பிரான்சிஸ்கோவும், ஆனந்தியும் சனிக்கிழமைகளில் பெரும்பாலும் வீட்டைச் சுற்றி ஏதேனும் வேலை செய்வது வழக்கமாம். அன்று சமைப்பதில்லை. வெளியேதான் சாப்பிடுவார்களாம். அவர்கள் வேலையை முடித்தவுடன் கிளம்பினோம். எனது காரிலேயே செல்லலாம் என்றபோது மகிழ்ச்சியாக ஏறிக் கொண்டனர். ஆனந்தி, இந்த வண்டியை என்னிடம் கொடுத்துவிட்டு என் வண்டியை எடுத்துக் கொள் என்று சிரித்தார். ஆனந்தி ஒரு ஜீப் ஓட்டினார் என்று நினைக்கிறேன்.

பிரான்சிஸ்கோவின் கார் ஒரு பழைய வண்டி. அதை அவர் பூட்டுவதே இல்லை. அதற்குச் சன்னலையும் திறந்து வைத்திருப்பாராம். இரவில், குளிரில் உள்ளே யாரேனும் படுத்துக் கொள்ள வேண்டுமென்றால் போய்க்கொள்ளலாமாம். சில சில்லறைக் காசுகள் உள்ளே கிடந்தன, அவர்கள் நண்பர்கள் விளையாட்டுக்காய் உள்ளே எறிந்திருக்கிறார்கள். சில முறை திருடு போய்விட்டதென்று மகிழ்ந்தாராம், ஆனால் உடனே அருகிலேயே கிடைத்துவிடுமாம். அந்த வண்டியை அனேகமாக அப்பகுதி மக்களுக்குத் தெரியுமாம்.

அவர் ஒரு விசித்திரமான ஆள். ஒருமுறை அவரே தொலைந்துவிட்டார், அவருக்குள்ளே காணாமல் போயிருக்கிறார். ஒரு பித்தனாக சான் ஓசேயிலிருந்து கிளம்பி லிமோன் வரை, சுமார் மூன்று மணி நேரக் கார்ப் பயணம், நடந்தே போயிருக்கிறார். பிறகு எப்படியோ கண்டுபிடித்து வந்து, தேற்றி எடுத்திருக்கிறார்கள்.

அவரோடு எனக்குள் இருக்கும் ஏதோ ஒரு தேடல் உணர்வு அல்லது ஒரு கிறுக்குத் தனம் பொருந்திப் போகிறது என்றே நினைக்கிறேன்.

பிரான்சிஸ்கோ, ஆனந்தி, நான் மூவரும் சென்றது ஒரு பெரு உணவகத்திற்கு. பெரு உணவை நான் அதற்கு முன் உண்டதில்லை. ஒல்லியாய் உயர்ந்த கண்ணாடிக் குவளையில் ஆளுக்கொரு பியர் குடித்தோம். மரவள்ளிக் கிழங்கை சீசுடன் சேர்த்துப் பொறித்தது, செர்விசியோ எனப்படும் பச்சை மீன் உணவொன்று, பிறகு இன்னொரு காளான் பிரட்டல் என்று கொறித்த பிறகு மீனும் சோறும் சாப்பிட்டேன். அது நன்றாகவே இருந்தது.

கரீபியன், பெரு, லத்தீன் அமெரிக்கா, அல்லது வேறெங்கேனும் கறுப்பின மக்களின் சுவடுகள் இருக்குமிடங்களிலெல்லாம், அங்கு தமிழ்ச் சாப்பாட்டின் ஆதி வேரின் மணம் இருந்துகொண்டே இருப்பதைக் காண்கிறேன். அது எங்கோ ஒரு ஆப்பிரிக்கக் கண்டப் பகுதியிலோ அல்லது கடல்கொண்ட பெருநிலத்திலோ தோன்றியிருக்கலாம். வெள்ளைக்கார உணவிலோ, ஆசிய உணவிலோ காணப்படாத ஒரு காட்டம், அடியிலிருந்து உலுக்கிக் கொண்டே இருக்கும் ஒரு காரக் கசப்பு அதன் மேல் ஊறிப் படர்ந்த மொத்த அறுசுவை. மனித வரலாறு முழுவதும் நகர்ந்து சென்ற ஒவ்வொரு மனிதனும் நாவிலும் மனதிலும் அச்சுவையைத் தேக்கியபடியே அலைந்திருக்கிறான், அலைகிறான்.

சுவைகளினூடாகவே ஆசைகளின் அடங்காத ஆழங்காணப்பட முடியாத கிணறுகளை ஓரளவுக்கேனும் மனிதன் தூர்த்துக் கொள்கிறான். இந்தச் சுவையுணர்வால்

கிடைக்கும் நிறைவு இல்லாமல் போயிருந்தால் மனித குலம் முழுவதும் பைத்தியமாகத்தான் அலையும் என்று திடமாக நம்புகிறேன். அதனைக் கடப்பது ஞானிகளுக்கும் துறவிகளுக்கும் மட்டுமே சாத்தியம்.

உணவுண்டு முடித்த பிறகு உன்னை ஒரு லாபரிந்துக்குக் கூட்டிச் செல்லப் போகிறோம் என்றார்கள். அதைப் பற்றி முன்னமே சொல்லியிருந்தார் பிரான்சிஸ்கோ. அது அவருடைய நண்பர் ஒருவர் கோஸ்ட ரிகா முழுவதும் பல இடங்களில் அமைத்திருக்கிறாராம். அது இந்தியப் பழங்குடியினரின் நம்பிக்கைகளின் அடிப்படையில் அமைந்ததாம். அந்தப் பூங்காவில் அப்போது யாருமில்லை. மெல்லிய இருள் படர்ந்திருந்தது. ஆள் நடமாட்டம் வந்தபோது ஒரு விளக்கு தன்னால் எரிந்தது.

இந்த லாபரிந்தில் சிலர் வழி தப்பியிருக்கிறார்கள் என்றுவேறு பிரான்சிஸ்கோ சொல்லப் போக, இருளும் சேர்ந்து, அச்சச்சோ நான் தவறிவிடாமல் பார்த்துக் கொள்ளுங்கள் என்றேன். நீ தொலையமாட்டாய் என்று சிரித்தார்கள். உள்ளே நுழைந்தபோது இவ்வுலகில் நான் நல்லது செய்ய வேண்டும், நல்லவனாக இருக்கவேண்டும் என்ற வழக்கமான பாடலைப் பாடியபடிதான் உள்ளே நுழைந்து சுற்றத் தொடங்கினேன். ஒருவேளை நான் வழி தவறினால் என்னைக் காப்பற்றும் பொருட்டோ என்னவோ பிரான்சிஸ்கோ பின்னாலேயே நடந்து வந்தார். நல்ல வேளை அதற்கான தேவை ஏற்படவில்லை. ஆனால் ஒரு அதிசயம் நடந்தது அந்தப் பின்னல் நடையில்.

ஒரிடத்தில் நடக்கும்போது, குருவே எனக்கு உமதருளைத் தாருங்கள் என்று வேண்டினேன், அப்போது

அங்கே தணிந்திருந்த ஒரு மரக்கிளையின் சில இலைகளும் ஒரு வெள்ளைப் பூவும் என் தலையில் பட்டன. எனக்கு மெய் சிலிர்த்தது, கண்களில் நீர் திரண்டது. நன்றி குருவே, நன்றி நன்றி என்று அரற்றிக் கொண்டேன். அந்தக் கிளை அந்த நடைப் பாதையில் வேறெங்குமே இல்லை. அந்தச் சொல்லின்போது, அந்த வேண்டுதலின்போது அது சரியான உயரத்தில் என் தலையில் பட்டது விந்தை. அதைத்தான் நான் சொல்கிறேன், நான் அற்புதங்களை நம்பும் ஒரு பைத்தியக் காரன் என்று. வீடு திரும்பி உறங்கச் சென்றோம்.

கிளம்பும் நாள் வந்துவிட்டது!

அடுத்த நாள் காலையில் ஒரு டாக்டர், ஹுவான், என்னைப் பார்க்கவருவதாகச் சொல்லியிருந்தார். காலையில் எழுந்து கிளம்பித் தயாராக இருந்தேன். அப்போது ஆனந்தி அந்த ஊரில் இருந்த உழவர் சந்தைக்குக் கிளம்பினார். வருகிறாயா என்றார். மகிழ்வுடன் கிளம்பினேன். ஒரு சிறிய தள்ளுவண்டியை எடுத்துக் கொண்டு அவரது காரில் சென்றோம்.

சான் ஓசே மலைப் பாங்கான இடம். சில இடங்களிலிருந்து பார்த்தால் மலைகள் தெரிவதில்லை. ஆனால் சற்றே வெட்ட வெளிக்குச் சென்றுவிட்டால் போதும் அழகிய நீலப்பசுமலைத் தொடரைக் காணலாம். இப்போதெல்லாம் மலையேறுவது வழக்கமாகி வருகிறதாம். நல்லது, அதையும் செய்யத்தான் வேண்டும். காடுகளுக்குள் புமா எனப்படும் பெரிய பூனை அல்லது புலி வகைகள் உண்டு. அவை மனிதர்களைத் தாக்குவதில்லை, பெரும்பாலும். குட்டி போட்டிருக்கும் தாய்கள் தாக்கலாம், ஆனால் உணவுக்காக மனிதர்களைக் கொல்வதில்லை போலும். பெரும்பாலும் எந்த விலங்கும் மனிதர்களைச் சாப்பிடுவதற்காகக் கொல்வதில்லை என்றே நினைக்கிறேன். மனிதன் தனது அச்சத்தினாலும், ஊடுருவலாலுமே அவற்றைத் தூண்டி மரணத்தைத் தேடிக்

கொள்கிறான் என நினைக்கிறேன். அதனால் மலைகளில் ஏறலாம், கவனமுடன், துணையுடன், அச்சமின்றி.

சான் ஓசேயின் அப்பகுதியில் இருந்த உழவர் சந்தை சற்றே சிறியதுதான். நகரவாசிகளுக்கானது என்று தெரிந்துவிடும் ஒரு பளபளப்பு. இவர்கள் புயர்தோ வியகோவைப் போல உழவர்களில்லை, உழவர்களிடம் வாங்கி வந்து விற்கும் வியாபாரிகளின் அடுக்கில் எங்கோ இடையில் இருப்பவர்கள்.

ஆனந்தி காய்கறிகள், பழங்களை வாங்கினார். நான் சிம்பாவுக்கு ஒரு சின்னத் தின்பண்டப் பொட்டலம் வாங்கினேன். அந்தக் கடைக்காரர் வருகின்ற நாய்களுக்கெல்லாம் அதனைக் கொடுத்து விற்பனையைச் சூடாக்கிக் கொண்டிருந்தார். ஒரு சின்னப் பயல் அப்பாவோடு சேர்ந்து கடை வைத்திருந்தான். அவனிடம் சில சோள ரொட்டிகளை வாங்கினேன். அவர்கள் டாலரை எடுத்துக் கொள்ளாததால் ஆனந்தியிடம் கடன் வாங்கிக் கொடுத்தேன். வீட்டுக்கு வந்ததும் திருப்பிக் கொடுத்துவிட்டேன், அவரும் இரண்டு ரூபாய்தானே வேண்டாமென்று சொல்லாமல் வாங்கிக் கொண்டார். அது நன்று. மேலும் இன்னொரு இரவுத் தங்கலுக்கான தொகையையும் கொடுக்க மறந்துவிட்டதாக எட்கார் சொல்ல, அதையும் அளித்தேன், நன்றி என்று பெற்றுக் கொண்டார். கணக்காக இருப்பது நல்லது.

சந்தையில் ஒரு கடைக்காரப் பெண் செடிகளும், மளிகைப் பொருட்களும் வைத்திருந்தார். மசாலாப் பொருட்கள் அதாவது மிளகு மல்லி போன்றவை இந்தியாவிலிருந்து பெரிதும் வருகின்றன. ஊதுபத்தி,

பத்திக் கால், பிள்ளையார், புத்தர் சிலைகள் அவையும்தாம். பிறகு அந்த அம்மா, கோஸ்டரிகாவில் எல்லாம் விளையும், ஆனால் இவற்றை ஏனோ மக்கள் விளைவிப்பதில்லை என்றார். புயர்தோ வியகோவிலிருந்து மஞ்சள் கிழங்கு கொஞ்சம் வாங்கிக் கொண்டு வந்து பிரான்சிஸ்கோ வீட்டுக்குக் கொடுத்தேன். திரும்பி வந்தோம். ஒரு ஆம்லெட் செய்தேன், அனைவருக்குமாக. பிரான்சிஸ்கோ பழங்களை நறுக்கி வைத்தார். நன்றியோடு உணவினை உண்டோம். பிறகு டாக்டர் ஹூவானுக்காகத் தயாரானோம்.

ஹூவான் ஒரு குடும்பநல மருத்துவர். அவரை அமெரிக்க வணிகத் துறை எனக்கு அறிமுகம் செய்தது. அவர் ஒரு புதிய முதியோர் காப்பகம் திறந்துள்ளார். மூச்சுப் பயிற்சிகளில் ஆர்வமாக இருந்தார். கோவிட் வந்தபோது மிகவும் உடல்நலிந்திருக்கிறார். உயிர் மீண்டுவந்தது பெரும் போராட்டம் என்றார். மூச்சின் அருமை அறிந்தவர். முதியோருக்குப் பயிற்றுவிக்கலாம் என்று பேசியிருக்கிறோம். சிலவற்றை நானும், எட்காரும், பிரான்சிஸ்கோவும் இணைந்து செய்யலாம் என்று பேசி முடிவானது. ஆனந்தி ஒரு வழக்கறிஞரும்கூட, அவரிடம் கேட்டால் எப்படி இந்த அமைப்பைக் கொண்டு செல்வது என்று ஆலோசனை வழங்குவார் என்றார் பிரான்சிஸ்கோ. கூட்டம் முடிந்து ஹூவான் கிளம்ப, நானும் கிளம்பினேன்.

பெட்டிகளைக் காரில் ஏற்றினேன். அவர்கள் ஒரு காபிப் பொட்டலமும் சில சாக்லெட்டுகளும் அன்பளிப்பாக அளித்திருந்தனர். நான் சொல்கிறேன் பார், இன்னும் 15 வருடங்களில் நீ இங்குதான் வந்து குடியேறப்

போகிறாய் என்றார் பிரான்சிஸ்கோ! ஆமாம், யாதும் ஊரே அல்லவா, இதுவும் எனது ஊர்தான், இங்கும் நான் வசிக்கத்தான் போகிறேன். செல்கின்ற ஊர்களிலெல்லாம் இதையேதான் சொல்கிறேன். இந்த ஊர் இனியது, இங்கேயே வந்து இருந்துவிடலாம். விந்தையான மனது! இனிய தங்கலுக்கும், உரையாடல்களுக்கும், மனந்திறந்த நட்புக்கும் நன்றியோடு பிரான்சிஸ்கோ, ஆனந்தியிடம் விடைபெற்றேன்.

வாழ்க்கையின் விழிகள் அடுக்கடுக்கான தளங்களிலிருந்துவிழித்துக்கொண்டிருக்கின்றன. உலகின் பல்வேறு படிமங்களை, திசைகளைப் பார்த்துக்கொண்டே இருக்கின்றன. ஒன்று விழித்துக்கொள்ளும்போது மற்ற யாவும் மூடிக் கொள்கின்றன.

சான் ஓசேயின் பல்வேறு தெருக்களில் காரைச் செலுத்தினேன். அது அந்த ஊரை அறிந்துகொள்ளும் ஒரு வழி. ஹிஸ்பானிக் மக்கள் பெரிதும் வாழும் சற்றே அழுக்கான நெரிசலான பகுதிகளைக் கண்டேன். பிளாஸ்டிக் பைகளில் ரொட்டித் துண்டுகளை அடைத்து வாங்கி நடந்து செல்லும் முதியோர், முடிவெட்டிக் கொள்ளக் காத்திருப்போர், சாலைகளில் சும்மா திரிவோர், கூட்டமாகச் சேர்ந்து கத்திச் சிரித்தோர் என்று ஒரு நகரின் சகலவிதமான ஆரவாரங்களோடும் அந்தப் பகுதிகள் இருந்தன. இவர்களிலிருந்து மிகத் தொலைவில்தான் யோகிகளும், மனோதத்துவநிபுணர்களும் இருக்கிறார்கள்.

அந்தப் பகுதிகள் எனக்கு நெரிசல் மிகுந்த சென்னையின் கடைவீதிப் பகுதிகளை, அதன் ஆரவாரத்தைக் காட்டுவதைப் போலிருந்தது. ஆனால்

நான் இங்கே இறங்கி நடக்கத் துணியவில்லை. இங்கே எந்தத் துணையும், மொழியுமின்றி நான் ஊமையாய்ச் செவிடாய்க் குருடாய்த்தான் இருக்க வேண்டியிருக்கும். பாதுகாப்புணர்வு எட்டிப் பார்த்தது. எனவே காரை ஓட்டியபடியே இறங்காமல் கடந்தேன். பிறகு மதிய உணவுக்காக அமோலின் கடைக்குச் சென்று நிறுத்தினேன். சாப்பிட்டு விட்டுச் சில கடைகளைச் சுற்றிய பின்னர், வண்டிக்கு எரிபொருள் நிரப்பிவிட்டு, அமோலுக்காகக் காத்திருந்தேன். அமோல் வந்த பிறகு வணிகம் சம்பந்தமாகப் பேசிக்கொண்டிருந்துவிட்டு, எனது காரைத் திருப்பிக் கொண்டு போய் கொடுத்தோம். அவரது மற்றொரு கடையையும் அழைத்துச் சென்று காட்டினார்.

பிறகு வந்து விமான நிலையத்தில் ஏற்றிவிட்டுக் கிளம்பினார். அமோல் ஒரு இனிய மனிதர். நல்லவற்றை மட்டுமே பார்த்து அதனிலிருந்து மகிழ்வைத் துய்ப்பவர். போதும் என்ற மனசுக்காரர். மகனின் பாஸ்கெட் பால் விளையாட்டின் ஆர்வம் காரணமாக கனடாவுக்குச் சென்று சில காலம் வசிக்க ஆர்வமுள்ளவர். நம்மோடு இணைந்து தொழில் புரிய அவரும், அவரது நண்பரான மோகித்தும் ஆர்வம் காட்டுகின்றனர். மோகித்துடன் சூம் வழியாகப் பேசினேன். புயர்தோ வியகோவில் இருக்கும் அவர்களது கடையை கபில் நடத்துகிறார். அங்கு ஒரு நாள் ஆவணி மற்றும் நண்பர்களோடு போயிருந்தேன். நல்லது அவர்கள் தொழிலில் உயர்வடைய வாழ்த்துவோம். நாமும் இயன்றால் இணைந்து பயணிப்போம் என்று விடைபெற்றேன்.

கோஸ்ட ரிகாவின் நினைவு வரும்போதெல்லாம் அங்கே மேலெழும்பி நிற்பது அந்தப் பசுமையும், அகன்ற வாளிப்பான இலைகளும், மேலே படர்ந்து எழுகின்ற பல வகையான செடிகளும், அவற்றின் வண்ணப் பூக்களும் என்று தொடங்கி, பிறகு மலர்களின் வண்ணங்கள், அவற்றிலும் மிதமிஞ்சித் தெரியும் ஒரு இளஞ்சிவப்பு வண்ண அடுக்கு மலர் என்று போய் நிற்கும். அது வாழை போன்ற ஒரு மரத்திலிருந்து தொங்கிக் கொண்டிருந்தது. அந்தப் பொன் வலை கட்டும் சிலந்தியின் கதை எனக்கு மிகப் பெரும் பயத்தைப் போக்கியது. அறியாமல் இருக்கும்போது அதனைக் குறித்து அச்சப் படுகிறோம். கற்பனையான கதைகள் பலவற்றைக் கட்டிக் கொண்டிருக்கிறோம். அறிந்த பிறகு அச்சம் அகல்கிறது.

அந்தப் பசுமைக்கும், செறிந்த ஈரமான காற்றுக்கும் இடையே கேட்கும் பறவைகளின் கீச்சொலிகள், அவ்வப்போது அலறும் குரங்கின் ஓசை. இவையெல்லாம் சட்டென்று வந்து மனதைச் சூழ்ந்துகொள்ளும். மனிதர்கள் மறுபுறம். ஒவ்வொருவராக வருகிறார்கள். அல்லது அந்த நினைவடுக்குகளிலிருந்து ஒவ்வொருவரயாக நான் எடுத்துப் பார்க்கும்போது அவர்களின் இனிய சிரித்த முகங்கள், அவர்களது உழைப்பு, கபடமற்று ஒன்றையேனும் பகிர்ந்துகொண்ட வள்ளண்மை நெஞ்சை வந்து தழுவிக் கொள்கிறது. நேற்று ஒரு திருவாரூர்க் காரரிடம் பேசிக்கொண்டிருந்தபோது அங்கிருந்த தென்னையும் வாழையும் உங்கள் பகுதியைத்தான் நினைவூட்டுகின்றன என்றேன். ஆமாம், அப்படித்தான் இன்னொரு நண்பரும் சொன்னார் என்றார்.

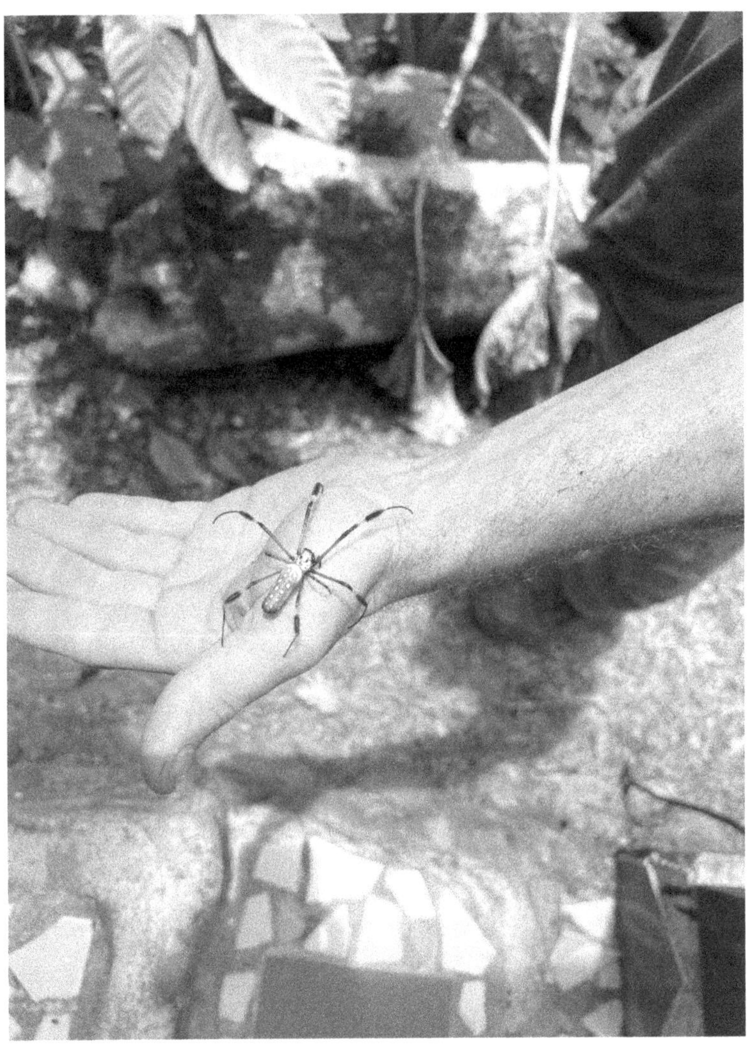

புரா விடா!

ஆம், நிறைவுப் பகுதிக்கு வந்துவிட்டோம். வாழ்க்கை எங்கும் தேங்குவதில்லை. அது ஓடிக்கொண்டே இருக்கிறது. எங்கே சென்றாலும், எங்கெங்கு ஒட்டிக் கொண்டாலும், எதில் மூழ்கினாலும் இயல்பாய் வீடு திரும்புதல் என்றொன்று இருக்கிறது. அது இருப்பதால்தான் எதையும் இன்பமாய்த் துய்க்க முடிகிறது என்று நினைக்கிறேன். நாடோடி வாழ்க்கை என்பது விருந்தாளியைப் போன்றது. அதனைக் கொஞ்சம் அனுபவிக்கலாம். அதிலேயே நிலைத்திருப்பது சாத்தியமா என்று எனக்கு இப்போது தெரியவில்லை. துறவு என்பது ஆசைப்பட்டுச் செல்லும் நிலையல்ல. கூறாமல் கொள்ள வேண்டியது. அது நிகழவேண்டியிருந்தால் நிகழும். அது ஏன் இப்போது!

வீடு திரும்பும்போது போனுக்குள் வந்து குடிகொண்டுவிட்டிருந்த கோஸ்ட ரிக்காவினை அதன் படங்களாகப் பார்த்தேன். புரா விடா (pura vida = தூய வாழ்க்கை) என்ற கோஸ்ட ரிகாவில் அதிகம் புழங்கும் சொற்றொடர் அடிக்கடி உள்ளே ஓடிக்கொண்டிருக்கிறது. விமானம் சிறிய மாற்றத்துடன் ஜமேய்க்காவில் கிங்ஸ்டன் என்ற ஊரில் இறங்கி எரிபொருள் நிரப்பிக்கொள்ளவேண்டி இருந்ததால் இரண்டு மணி நேரம் தாமதம். அடுத்த

விமானத்தை விட்டுவிட்டேன். பலருக்கும் அப்படியே. வீட்டுக்கு வந்தபோது மதியம் 3. காலையில் பத்து மணிக்கு வரவேண்டிய ஆள். வந்து சேர்ந்தபோது சிம்பா குதித்தான். குழந்தைகள் மகிழ்ந்தனர். ஜானகிக்கு வந்து நல்லபடியாகச் சேர்ந்தானே என்று இருந்திருக்கும். அடுத்த முறை நிச்சயமாகக் குடும்பத்தோடு சென்று வரவேண்டிய இடம் கோஸ்ட ரிக்கா. பயணங்களை விரும்புகிறேன். அவை என்னை எனக்குக் காட்டுகின்றன.

நான் அற்புதங்களை நம்புகிறவன். அவை ஏதோ ஒரு நேரத்தில் எந்த முன்னேற்பாடுமின்றி, இயற்கையாகவே நடக்கின்றவையாக நடக்கின்றபோதும் அவற்றை நான் விரும்புகிறேன். அவை அழகிய கனவினைப் போல ஒரு கிறக்கத்தை உண்டாக்குபவை. நினைவுகளின் புகைபோன்ற படலங்களின் இடையே புகுந்துகொண்டு கண நேரமே காட்சி கொடுக்கும் அழகினை உடையவை.

அப்படித்தான் ஒரு அற்புதம் நிகழ்ந்தது. சான் ஓசே நகரில் எட்காரின் பட்டறையில் ஒரு மூச்சுப் பயிற்சியை, பஸ்திரிகா, முடித்துவிட்டு மூச்சைக் கவனித்தபடி அமர்ந்திருந்தேன், அனைவரையும் அப்படியே செய்யச் சொல்லியிருந்தேன். மூச்சற்ற இடத்தில் நினைவுமற்றுப் போகும் ஒரு வித்தை அது. வார்த்தைகள் ஒன்றுமே இல்லாமல் சலனமற்றுச் சொல்லற்று இருக்கும் நிலை அது. வார்த்தைகள் மீண்டும் உதிக்கும்போது அவற்றைப் பார்க்கப் புதுமையாக இருக்கும். சொல்லும் பொருளுமற்று சும்மா இருப்பதற்கே அல்லும் பகலும் எனக்காசை பராபரமே என்பது போன்ற நிலை. மூச்சினை அறிதலே தன்னை அறிதல் என்று சொல்ல வேண்டும் என

நினைத்திருந்தேன். அந்த நினைப்பு மெல்ல மேலெழுந்து வந்தது.

அப்போது தன்னை அறிந்தால் தலைவன் மேல் பற்றலது பின்னை ஒரு பற்றுமுண்டோ பேசாய் பராபரமே என்ற வரிகள் எழுந்து வந்தன. கண்ணீரை வரவழைத்தன. அந்தப் பாடலின் வரிகளையும் அந்த அனுபவத்தையும் அவர்களிடம் சொன்னேன். அவர்களுக்கு அதன் பொருள் புரிந்தது. நான் ஊருக்குத் திரும்பி வந்த பிறகு சிம்பாவுடன் காட்டுக்கு நடக்கப் போயிருந்தேன். அங்குதான் முல்லரின் சமாதி இருக்கிறது. முல்லர் அந்த சுமார் நூறு ஏக்கர் நிலத்தைக் காடாகவே இருக்கவேண்டும் என்று எழுதி வைத்தவர். ஒவ்வொரு முறை ஏதேனும் வெளியூருக்குப் போனாலும் வந்தாலும் அவரிடம் சொல்லிக்கொண்டு போவது எனக்கு ஒரு ஆறுதல். யாரோ ஒரு பெரியவரிடம், ஊர்க்காவல் தெய்வத்திடம் சொல்லிக் கொண்டு போவதுபோல. அப்படித்தான் அந்தப் பக்கம் நடந்தபோது, எனது போனில் பாடிக்கொண்டிருந்த வரிகள், தன்னை அறிந்தால் தலைவன் மேல் பற்றலது... அதே வரிகள். பிறகு முல்லரின் அருகில் சென்று ஒரு வணக்கம் சொல்லிவிட்டு வந்தேன்.

முல்லர் ஒரு பெரிய குடும்பத்திலிருந்து வந்தவர். லாரல் ஹில் பிளாண்டேஷன் என்ற இந்த இடத்தை அனைவரது பயன்பாட்டுக்காகக் காடாகவே விட்டு வைத்திருக்க வேண்டும் என்று உயில் எழுதிவிட்டுப் போயிருப்பவர். 1908 முதல் 1984 வரை வாழ்ந்தவர். அஞ்சல் துறையில் வேலை செய்தவர். அவர் நிச்சயம் நல்ல மனிதராகத்தான் இருந்திருக்க வேண்டும். அவருக்கு ஒரு வணக்கம்!

I ♥ PUERTO VIEJO
ONE LOVE

கோஸ்ட ரிகா புகைப்படங்கள் சிலவற்றை இந்த இணைப்பில் சென்று பார்க்கலாம்.

II. மேலும் சில பயணங்கள்

முந்நாட்டுப் பாலம்

பத்து நாட்களில் ஜெர்மனி, பிரான்சு, சுவிட்சர்லாந்து என மூன்று நாடுகளுக்குள் அடியெடுத்து வைத்த பயணம் அது. சார்ள்ஸ்டனிலிருந்து கிளம்பி பிராங்பர்ட்டுக்கு வந்திறங்கினேன். சென்ற முறை இரயிலிலும் பேருந்திலும் சுற்றியது பிடித்திருந்தாலும், இந்த முறை, பயண வசதிக்காக ஒரு வாடகைக் கார் எடுத்துக் கொண்டேன். அது ஸ்கோடா என்ற ஒரு கார். போதுமானதாகவே இருந்தது.

அன்று மதியம் மைன்ஸ் என்ற இடத்திலிருந்த ஒரு யோக மையத்தில் வகுப்பு. அதனை முடிக்கும்போதே கிட்டத்தட்ட இருட்டியிருந்தது. அங்கிருந்து பிரான்சு, சுவிட்சர்லாந்து, ஜெர்மானிய எல்லையிலிருக்கும் ஹியூனிங்க் என்ற பிரெஞ்சு நகரில் தங்குவதாக ஏற்பாடு. அவர்களிடம் வரத் தாமதமாகும் என்று சொன்னேன். ஓ, ஒன்றும் பிரச்சினையில்லை எப்போது வேண்டுமானாலும் வாருங்கள் என்றார்கள். வழியில் பனிப்பொழிவு வேறு. புதிய பாதைகளில் செல்வது ஆனந்தம், ஒரு வித பயம் கலந்த சாதனையின் உந்துதல். அப்படித்தான் ஓடியது வண்டி. வந்து சேர்ந்தபோது இரவு 11 மணி இருக்கலாம்.

நன்றாகத் தூங்கி எழுந்து, அடுத்த நாள் காலையில் மூன்று நாடுகளையும் இணைக்கும் பாலத்தில் (Three Countries Bridge) நடந்தேன். அது ரைன் ஆற்றின் குறுக்கே அமைந்திருந்தது. மழை பெய்தாலும் அதனைப் பொருட்படுத்தாது நடந்து, ஓடி, சைக்கிளோட்டி, இன்னொருவரைத் சக்கர நாற்காலியில் வைத்துத் தள்ளியபடி, இப்படியாகப் பாலத்தின் மீது மனிதர்கள். பிறகு கிளம்பி சுவிட்சர்லாந்தின் பாசல் நகருக்குள் நுழைந்தேன். அந்த மூன்று நாடுகளுக்கிடையேயான எல்லைகள் ஒரு சிறிய செக்போஸ்ட் அளவுக்குத்தான் இருக்கும். அங்கும் சோதனைகள் ஏதும் கிடையாது.

பாசல் நகரில் ரைன் ஆற்றங்கரையிலேயே அமைந்திருந்த தி லுக்கிங் கிளாஸ் என்ற யோக நிலையத்தில் பயிற்சி நடத்தினேன். கிறிஸ்டன் ஒழுங்கு செய்திருந்தார், அவர் ஒரு அமெரிக்கர். இது ஒரு நல்ல நாடு. மீண்டும் வா என்றார். பட்டறை சிறப்பாக முடிந்து மாலையில் நகரைச் சுற்றலாம் என்று கிளம்பினேன். ஒரு திடலில் குழந்தைகளுக்கான பெரிய ராட்டினங்கள், தின்பண்டங்கள், விளையாட்டுக்கள் என்று நிறைந்து களைகட்டியிருந்தது. அதனைத் தாண்டிக் கடைத்தெரு.

நடந்துகொண்டேயிருப்பது ஒரு நகரின் காற்றை சுவாசிப்பது, கடையோர உணவு விடுதிகள் இருந்தால் அவற்றில் உண்பது இவையெல்லாம் ஒரு பயணத்தைச் சிறப்பிக்கும். அப்படித்தான் ஒரு ஆணும் பெண்ணும் ஒரு சாலையோரத்தில் ஹாட் டாக் உணவு விற்றுக்கொண்டிருந்தனர். அந்த மனிதர் கூவிக் கூவி அழைத்துக்கொண்டிருந்தார். எனக்கும் பசிதான்.

சென்றேன். சூடாக ஒரு ஹாட் டாக்கும், அதற்குரிய ரொட்டியும் கொடுத்துவிட்டு, அதன் பிறகு ஓடிச் சென்று அவித்த வால்நட் பருப்புகளைக் கொண்டு வந்து வைத்து இதையும் சாப்பிடு என்றார். ஒருவாறு கடைகளைச் சுற்றி வந்து இருப்பிடத்துக்கு வந்து சேர்ந்தேன்.

அடுத்த நாள் காலையிலேயே கிளம்பி க்ரியன்ஸ் என்ற நகருக்குச் சென்று அங்குள்ள குல்ம் மலையில் தொங்கு வண்டி (gondola) மூலம் செல்லலாம் எனத் திட்டம். காலை சுமார் எட்டு மணிக்கெல்லாம் கிளம்பி வழியில் ஒரு மெக்டானல்ட்சைக் கண்டேன், சரி எப்படி இருக்கிறதென்று பார்ப்போம் என்று உள்ளே சென்று ஒரு காபியும், கிரசாண்டும் சாப்பிட்டுவிட்டுப் பயணத்தைத் தொடர்ந்தேன். அங்கு சென்று விசாரித்தால் பனிப்பொழிவால் அன்று சேவை இல்லை என்றார்கள். சரி என்ன செய்வது என்று கிளம்பி, டுசெல்டார்ப் செல்லத் தொடங்கினேன்.

பனி கொட்டிக்கொண்டுதான் இருந்தது. கார்கள் பறந்தன. ஜெர்மானிய சாலைகளில் சில இடங்களில் வேகக் கட்டுப்பாடு இல்லையென்பதால் 200-250 கிலோமீட்டர்களில் எல்லாம் கார்கள் விரைந்துகொண்டிருந்தன. வேகக் கட்டுப்பாடு உள்ள இடங்களில் அவற்றை மதித்து அந்தந்த வேகங்களில் செல்கிறார்கள். டுசெல்டார்பில் வாடகைக்குத் தங்கியது ஒரு இலங்கையர்-ஜெர்மானியர் தம்பதியின் விருந்தின வீட்டில்.

அது வீட்டிலிருந்து தள்ளி தோட்டப்பகுதியைப் பார்க்க அமைந்திருந்தது. அழகிய இடம். தூய அறை. அவர்

மலையகப் பகுதியிலிருந்து வந்த ஒரு இசுலாமியர், தமிழ் அதிகம் தெரிந்திருக்கவில்லை போலும். பெரும்பாலும் ஆங்கிலத்திலேயே உரையாடினார். அங்கே நான்கு நாட்கள் இருந்தேன். சிறப்பாகக் கவனித்துக் கொண்டனர். ஓட்டல்களில் தங்குவதை விட ஏர்பியன்பி (Airbnb) மூலம் தங்குவது எனக்குப் புதுமையைத் தருகிறது.

மூன்று நாட்கள் நடந்த மெடிகா மாநாட்டில் பல்வேறு புதிய தொழில்நுட்பங்களைப் பற்றிய தகவல்களைத் திரட்டிக் கொள்ளவும், அவற்றை எவ்வாறு நமது பணிக்குப் பயன்படுத்திக் கொள்வது என்பது பற்றியும், விட்டன் பல்கலைக் கழக ஆராய்ச்சிகளைப் பற்றியும் நிறைய பணிகள் நடந்தேறியது மகிழ்ச்சி. ஒருநாள் மாலை டுசெல்டார்பிலிருந்த யோககுலா நிலையத்தில் ஒரு பட்டறை நடத்தினேன். பிறகு பெலிப் என்றவர் தனது பாடல் நிகழ்வை வைத்திருந்தார். அவர் உக்ரைன் நாட்டுக்குச் சென்று தியான நிகழ்வுகளை நடத்தி வருகிறார். அவருடைய நிகழ்ச்சியில் கலந்துகொண்டேன். தூக்கம் கண்களைச் சுழற்றியதால் சிறிது நேரத்தில் கிளம்பிவிட்டேன். அடுத்த நாள் பிராங்க்பர்ட்டில் ஒரு மூச்சுப் பயிற்சிப் பட்டறை நடத்திவிட்டு மாலையில் சார்ள்ஸ்டனுக்குப் பயணமானேன். ஸ்கோடா ஒரு நல்ல துணையாயிருந்தது!

ஒவ்வொரு பயணத்திற்குப் பிறகும் எனக்கு ஓட்டத்தைப் பற்றிய ஏதோ ஒரு பார்வை புலப்படும். ஓடுதலும் நிற்றலுமாகிய இரு துருவங்களுக்குமிடையேயான வேறுபாடுகளை இனங்கண்டுகொள்ள இயலும். இம்முறை ஒரு நல்ல தெளிவைத் தந்தது அதிகாரம் 13,

அடக்கமுடைமை. இது கடந்த சில பயணங்களில் கண்ட உயர் மலைகளின் தன்மைகளைப் புலப்படுத்தியது. இவை திண்மை, அடக்கம், உயர்வு போன்றவை. கதம் காத்துக் கற்று அடங்கல் ஆற்றுவான் செவ்வி, அறம் பார்க்கும் ஆற்றின் நுழைந்து - என்ற 130வது குறளில் கதம் என்பதற்கு ஓட்டம் என்றும் பொருள் கொள்ளலாம். மனவோட்டம், உடல் ஓட்டம் என்று நிலைகொள்ளாமல் அலையும் எதனையும் இதற்குப் பொருளாகக் கூறலாம். சினம் என்றனர் சில அறிஞர். ஆமாம், ஓடுகின்ற மனமே சினங்கொள்ளும், அவாவுறும், தீயன சொல்லும், பொறாமையுறும். இவற்றை ஒழிக்க வேண்டுமென்றால் மனதை ஓடாமல் காத்துக் கொள். யோக சித்த விருத்தி நிரோதகா என்பதற்கும் கதம் காத்து என்பதற்கும் வேறுபாடில்லை. அதுவே யோகம். அந்த அமைதி கற்பதற்கான சூழலை உருவாக்கும். கற்றலுக்குப்பின் அடங்குதலையும்கடைபிடிக்கவேண்டும். அது அறம் நம்மைத் தேடி வந்து பார்க்கும் நன்மையை உண்டாக்கும். அடக்கத்தை விட வேறு உயர்ந்த பொருளில்லை. ஆமென்.

பான்::ப், கனடா

கனடா நாட்டின் அல்பெர்டா மாநிலத்தில் பான்ஃப் நகரில் இவ்வாண்டின் ஒருங்கிணைந்த புற்றுநோய்க் கூட்டமைப்பின் (Society for Integrative Oncology) மாநாடு நடந்தது. அதில் எங்களது மூச்சுப் பயிற்சி குறித்த ஆராய்ச்சிகளைப் பகிர்ந்துகொள்ளவும், கற்றுக் கொள்ளவும் சென்றிருந்தேன். கால்கெரி விமான நிலையத்திலிருந்து ஒரு பொது வாகனத்தின் மூலம் இரண்டு மணி நேரப் பயணத்தில் இருக்கிறது பான்ஃப். இது ஒரு மலைப்பாங்கான இடம். பெரும்பாலான மரங்கள் இன்னும் பச்சையாகவே இருந்த ஒரு காலம், இன்னும் அவை இலையுதிர்காலத்தின் சிவந்த பழுப்பாடைகளை மாற்றிக்கொண்டிருக்கவில்லை. மெல்லிய குளிர் என்றாலும் மலையில் ஏறினால் சற்றைக்கெல்லாம் வியர்த்துவிடும் வெப்பநிலை.

முதல்நாளே சென்றுவிட்டேன். அன்று மாலையே அருகிலிருந்த ஒரு குன்றின் உச்சி வரை நடந்து வந்தேன். அடுத்த நாள் எங்கள் மாநாடு இரண்டு மணிக்குத் தொடங்குகிறது. திடீரென ஒரு திட்டம் போட்டேன். காலையில் ஏழு மணிக்கெல்லாம் விறு விறுவென்று கிளம்பி அங்கிருந்து சுமார் 1.30 மணி நேரப் பயணத்தில் இருக்கும் இரண்டு ஏரிகள் (Lake

Louise, Lake Moraine) அவற்றுக்குச் செல்வதெனத் தீர்மானித்தேன். கடைத்தெருவில் பள்ளிக்கு அருகில் பேருந்து நிறுத்தம் என்று ஆப்பிள் வரைபடம் காட்டியது. சென்றபோது, இன்னும் நான்கு நிமிடத்தில் பேருந்து கிளம்பும் என்றார்கள். ஓடிச்சென்று ஒரு சீட்டினை வாங்கப் போனேன். அங்கு பணிபுரிந்த அம்மா அந்த எந்திரத்திலிருந்து சீட்டினை விரைவாக எடுத்துத் தந்து உதவினார். ஓடிப் போய்ப் பேருந்தில் ஏறிக்கொண்டேன். அது ஒருவாறு நிரம்பியே இருந்தது.

அழகிய மலைகள் சாலையோரமெங்கும் படர்ந்து கிடந்தன. அவை சுண்ணாம்புக் கற்களைப் போலவும் இருந்தன. பல மலைகள் எந்த மரங்களுமின்றி மொட்டையாகவே இருந்தன. லூயிஸ் ஏரியில் இறக்கிவிட்டது அந்த வண்டி. பலரும் சாரை சாரையாகச் சென்ற வழியில் செல்ல ஆரம்பித்தேன். சட்டென விரிந்தது அந்த ஏரிக் காட்சி. நீல நிறத்தில் தண்ணீர், நெடிதாய்ப் பரந்திருந்தது, அதன் முடிவுகளில் தொலைதூரத்து உயர் மலைகள். உண்மையில் மூச்சை ஒரு கணம் நிறுத்திவிட்டது அந்த அழகு.

எத்தனைப் படங்களை எடுத்தாலும் திகட்டவில்லை. ஏரியோரத்திலேயே நடந்துசென்றேன். அழகிய சிறு மலர்கள், தாவரங்கள், வீழ்ந்து கிடந்த மரங்கள், தண்ணீரில் எதிரொளித்த மலைகளும், சிறு கற்களும், சல சலத்தும், அமைதியாகவும் கடந்து சென்ற மக்கள். மலையிலிருந்து ஓடி வந்து விழுந்துகொண்டிருந்த சிறு ஓடையில் நீரள்ளிக் குடித்தேன். அது நெஞ்சு வரை குளிர்ந்தது. சுமார் அரை மணி நேர நடைக்குப் பிறகு திரும்பி நடக்கவாரம்பித்தேன்.

ஏரியின் முகப்பிற்குத் திரும்பி வந்தபோது கூட்டம் அதிகமாக வர ஆரம்பித்திருந்தது, படகுகள் ஏரிக்குள் மிதக்க ஆரம்பித்தன. நல்ல வேளையாகப் படகுகள் வருமுன்னே படமெடுக்கமுடிந்ததே!

பேருந்து நிறுத்தத்திற்கு வந்து அடுத்த வண்டியைப் பிடித்து மொரைன் ஏரிக்குச் சென்றேன். அங்கும் அழகுதான். அதே பசுநீலத் தண்ணீர். தூரத்து மலைகள். அன்று அழகிய வெய்யில் நாளாக இருந்ததால் அழகு நிறைந்திருந்தது. தூரத்தில் சலசலத்தது நீரின் ஓசை. அது ஒரு ஓடை ஏரியில் வந்து கலக்கும் ஓசை. அது வரை சென்று விடுவது என்று விரைந்து நடந்து அந்த இடத்தையும் அடைந்தேன். ஆம். பரந்து விரிந்த ஓடையொன்று பாறைகளில் மோதி ஓடிவந்து ஏரியில் கலந்துகொண்டிருந்தது. அதனூடே நடக்குமளவு பாறைகள் கிடந்தன. சிறிது தூரம் உள்ளே சென்று படங்களை எடுத்துக் கொண்டேன்.

ஆமாம், நேரமாயிற்று என்று கிளம்பி இரண்டு பேருந்துகளையும் பிடித்து வந்து, நடுவில் ஓரிடத்தில் சாப்பிட்டு அரங்கத்துள் நுழைவதற்கும் முதலாவது பேச்சாளர் தொடங்குவதற்கும் சரியாக இருந்தது. எதையும் முடியாது என்று தயங்கினால் தாமதமாகிவிடும்! எனக்குச் சுறுசுறுப்பாக இருப்பதும், அடுத்தடுத்த நொடிகளுக்குள் தாவியோடிக்கொண்டே இருப்பதும் பிடித்தமான பொழுதுபோக்குகள்!

மாநாடு சிறப்பாக நடந்தது. நிறைய தொடர்புகள், உரையாடல்கள் என்று செறிவாக இருந்தது. புற்றுநோயை மருந்துகளால் மட்டுமே குணமாக்க முடியாது. மற்ற

முறைகளையும் சேர்த்துக்கொள்ள வேண்டும். இதனை மேலும் வலுவாக்குவதே இம்மாநாட்டின் நோக்கம். அடுத்த ஆண்டு எங்களது முக்கியமான சில முடிவுகளை இம்மாநாட்டில் வெளியிடுவோம்.

நான் முதல் நாள் சென்ற அதே குன்றில் ஒருநாள் காலையில் மாநாட்டுக் கூட்டத்தோடு சென்றேன். அது டனல் மெளண்டன் சம்மிட் என்ற மலைக் கூட்டம். அதன் மேலிருந்து பார்த்தால் ரயில் பாதையும் அது உள்ளே சென்று வெளியே வரும் சுரங்கப் பாதைகளும் அழகாகத் தெரியும். கனடாவின் பழைய ரயில் பாதை அது.

மாநாடு முடிந்து வரும் வழியில் கால்கெரி நகரில் யோக சந்தோஷா என்ற நிலையத்தில் ஒரு மூச்சுப் பயிற்சிப் பட்டறையையும் நடத்திவிட்டு ஊருக்கு வந்து சேர்ந்தேன். வாழ்க வையகம்!

மூச்சா, பேச்சா?

கடந்த வாரம் நான் சென்ற கலிபோர்னியப் பயணத்தைப் பற்றிய குறிப்பு இது.தேசாந்திரங்களும் செல்லாதே என்று சித்தர்கள் கூறுவது காதில் விழுந்தாலும் எனக்குப் பயணங்கள் அலுப்பதே இல்லை.

எனக்குப் பலரையும் என்னைப் பலருக்கும் அறிமுகம் செய்கின்றன பயணங்கள். ஒவ்வொரு மனிதரிடத்திலிருந்தும் அவர்கள் சொல்லியும் சொல்லாமலும்வெளித்தோன்றும்அவர்களதுகதைகளைக் கேட்பது வாழ்வை இன்னும் சுவையாக்குகிறது. உயர்ந்த மலைகளை, வெட்ட வெளிகளின் அகண்ட பரப்புகளைக் காணும்போதெல்லாம் அறிவு தானும் அவ்வாறாகுக என்று நீண்ட மூச்சொன்றை உள்ளிழுத்துக் கொள்கிறது. ஒவ்வொரு பயணத்தின்போதும் ஒரு தற்காலிக நாடோடியாகத் தன்னை உருவகித்துக் கொள்வதில் ஒரு விடுதலை இருக்கத்தான் செய்கிறது.

நான் TSA PreCheck வழியில் செல்ல முன்னனுமதி பெற்றிருப்பதால் பாதுகாப்புச் சோதனையும், காத்திருப்பு வரிசையும் குறைவாகவே இருக்கும். வீட்டிலிருந்து ஒரு மணி நேரத்துக்கு முன்போகக் கிளம்பினால்கூடப் போதும். ஆனாலும் இப்போதெல்லாம் சார்ல்ஸ்டனின் போக்குவரவு நெரிசல் கூடிவிட்டது, எனவே இரண்டரை

மணி நேரத்துக்கு முன்பாகவே கிளம்பிவிட்டேன். உள்ளே சென்று பாதுகாப்புச் சோதனை முடிந்து உள்ளே சென்றமர்ந்து நேரமிருந்ததால் சற்று நேரம் எழுதிக்கொண்டிருந்தேன்.

திரவ மையினை நிரப்பும் பேனாக்களை விமானத்தில் எடுத்துச் செல்லமுடியாதது ஒரு குறைதான். இருந்தாலும் சில பேனாக்கள் நன்றாகவே எழுதக்கூடியவை, எண்ணவோட்டத்தைத் தாளில் கொண்டுவந்து தடையின்றிக் கொட்டுபவை, நோட்டுப் புத்தகத்தில் ஊறியோ, அச்சுப் பதிந்தோ அடுத்த பக்கத்தைப் பாழ்படுத்தாதவை. எனக்கு நல்ல பேனாக்களை எப்போதும் பிடிக்கும். விமான நுழைவாயிலில் காத்திருந்து விமானத்தினுள்ளே சென்றபோது எனக்கருகே அமர்ந்திருந்த ஒரு அம்மா அவரும் ஏதோ எழுதிக்கொண்டிருந்தார். நன்கு சிரித்து முகமன் கூறினார். இந்தப் பக்கம் இருந்த ஒரு ஆடவர் காதுகளைத் தன் ஒலிவாங்கியால் மூடித் தன்னொலிக்குள் தானே மூழ்கியிருந்தார்.

விமானம் கிளம்பிப் பறந்த சற்று நேரத்தில் எனது எழுத்தைத் தொடர்ந்தேன். பக்கத்து இருக்கையிலிருந்த அம்மா, அது என்ன மொழி என்றார். தமிழ் என்றேன். பிறகு அவர் மொழி, நாடு, குடும்பம், வேலை, என்று எல்லாவற்றையும் பற்றி ஆர்வத்துடன் கேட்டார். நமக்கு யாராவது கேட்டால்தான் போதுமே, மூச்சு முட்டக் கொட்டி நிரப்பிவிட மாட்டோமா! அவர் அடுத்த மாதம் இந்தியாவுக்கு 15 நாட்கள் சுற்றுலா செல்கிறாராம். அது பற்றியும் கேட்டார். அவர் கேட்ட கேள்விகளில் ஒன்று,

அங்கு இன்னும் சாதிப் பாகுபாடு இருக்கிறதா என்பது. எனக்குள் தண்ணீர்த்தொட்டியும், உத்திரப்பிரதேசத்தில் யாரோ ஒரு பெண்ணைத் தடியால் அடித்த விழியக் காட்சியும் உள்ளே தோன்றி மறைந்தன. ஆம் என்று சொன்னதோடு விட்டுவிடாமல், கடந்த சுமார் எழுபது ஆண்டுகளில் கல்வி, செல்வ வளர்ச்சியினால் சமூகநீதியில் ஏற்பட்டுள்ள முன்னேற்றத்தையும் குறிப்பிட்டேன்.

முற்றும் துறந்த நிலையை அடையாத, சராசரி வாழ்க்கையினை வாழும் இந்தியாவில் பிறந்த ஒருவர் அவர் எந்த நாட்டில் எத்தனைக் காலம் வாழ்பவராயினும் அவருள்ளேயிருந்து சாதியின் ஆழ்ந்த பதிவை அகற்ற முடியாது என்பது என் எண்ணம். என் குல தெய்வம், என் சொந்தக் காரர்கள், அவர்களுக்குள்ளேயிருந்து எழுந்த வரலாற்று மாமனிதர்கள், திணிக்கப்பட்டோ, விரும்பியோ, அல்லது பொருளாதாரத்துக்காக ஏற்றுக் கொள்ளப்பட்டோ நாங்கள் செய்கின்ற தொழில், என்று எதையும் நாம் மனப்பதிவிலிருந்து அகற்ற முடியாது. ஆனால் அவற்றை எவ்வாறு சமூக அளவில், ஒரு கூட்டமைப்பின் தளத்தில் கொண்டுவராமல் ஒரு பொது மனிதராக நம்மை நடத்திக் கொள்கிறோம் என்பதில்தான் நம் உயர்வு இருக்கிறது. அதுவே ஒரு சாதியற்ற, சமத்துவமான, விடுதலையை நோக்கிய சமூகமாக நாம் வளர உதவும்.

அந்த வகையில் இன்றைய அமெரிக்கத் தமிழ்க் குழந்தைகள் ஒரு பாகுபாடற்ற தமிழ்ச் சமூகமாக உருவாகி வருவார்கள் என்ற நம்பிக்கை எனக்கிருக்கிறது. அதற்காக

உழைக்கும் பெற்றோர்களுக்கும் ஆசிரியர்களுக்கும் நன்றியால் என் மனம் என்றும் கனிந்திருக்கும்.

டென்வரில் வந்து விமானம் மாற இறங்கியபோது இருட்டியிருந்தது. பசிக்கு ஒரு கார சாரமான பரிட்டோ உதவியது. டென்வர் விமான நிலையத்தில் தேன், தேனடை, தேன் மெழுகுப் பொருட்கள், தேனீ வளர்ப்புப் புத்தகங்கள் என்று ஒரு சிறிய அழகிய கடை இருக்கிறது. நல்ல புன்சிரிப்புடனான கடைக்கார இளைஞர். அவரோடு சற்றுப் பேசிக்கொண்டிருந்தேன். கொலராடோ மலைத்தேன். என் மகனும் தேனீ வளர்ப்பு வகுப்பிற்கு அவரது பள்ளியின் மூலம் செல்கிறார் என்றும், ஊருக்குத் திரும்பும்போது வருகிறேன் என்றும் சொல்லிச் சென்றேன். டென்வரிலிருந்து சாக்ரமெண்டோ சென்ற விமானப் பயணத்தில் எனக்குள் நடந்தது மூச்சுப் பயிற்சியா, தியானமா, தூக்கமா என்று தெரியாத ஒரு கிறக்கத்திலேயே நிறைவடைந்தது. சார்ள்ஸ்டனுக்கும் சாக்ரமெண்டோவுக்கும் 3 மணி நேரம் கால வேறுபாடு. உடல் அதற்கான நேரத்தில் தூங்கியிருக்கிறது.

இப்பயணத்தில் கலிபோர்னியத் தலைநகர் சாக்ரமெண்டோவிலும், சிலிகன் பள்ளத்தாக்குப் பகுதியில் வளைகுடாத்தமிழ்மன்றத்திலும்நிகழ்வுகள்என்றுஏற்பாடு. நிகழ்ச்சிகளின் ஒட்டுமொத்த ஒருங்கிணைப்பையும் ராஜ் செய்திருந்தார். வளைகுடாப் பகுதி நிகழ்விற்கு கனகலெட்சுமி உதவினார். இருவருக்கும் எனது முதற்கண் நன்றி! சாக்ரமெண்டோவில் இறங்கி வாடகைக் காரை எடுத்துக் கொண்டு ராஜ் வீட்டை அடைந்தபோது அவர் தனது மனந்திறந்த புன்சிரிப்பு, நெற்றி நிறையத் திருநீறு,

காதில் புதிதாக ஏறிக்கொண்ட கடுக்கண் சகிதமாக வரவேற்றார். ராஜும், அவரது துணைவியார் செல்வியும் விருந்தோம்பலின் இலக்கணமாகத் திகழ்கிறார்கள். வாழ்க வளமுடன் என்று ராஜ் எவரோடு உரையாடினாலும் கூறுவார். அது யாவருக்கும் ஒரு நேர்மறையான மனவெளியைத் திறந்துவிடுகிறது. அது மந்திரம்! அதுவும் மூச்சுப் பயிற்சிக்குப் பயன்படும் எட்டு மாத்திரை என்றார். நல்ல யோசனை, இனி பயன்படுத்திக் கொள்வேன் என்றேன். என் வகுப்புகளில் வாழ்க வளமுடன் என்ற மறைச்சொல்லைக் கேட்டால் அதன் உபயம் ராஜ் என்றறிக!

வெள்ளிக் கிழமை காலையில் இட்லி, பொங்கல் என்று அருமையான உணவு. பிறகு Microchips நிறுவனத்திற்குச் சென்று அங்கு ஒரு பட்டறை நடத்தினேன். கணினித் தொழில்நுட்பவியலாளர்கள் தங்கள் வேலை நேரத்தின்போது பயன்படுத்திக் கொள்ள ஏதுவான மூச்சுப் பயிற்சிகளைக் கற்றுத் தந்தேன். அனைவரும் விருப்பத்துடன் பயின்றனர், நிறைய கேள்வி பதில்களுடன் சிறந்த உரையாடலாகவும் அது அமைந்தது. நான் எனது பட்டறைகளில் கேள்விகளைப் பெரிதும் விரும்புவேன்.

அதன் பிறகு மாலையில் Natomas Yoga Studio யோக நிலையத்தில் பயிற்சிப் பட்டறையொன்று நிகழ்த்தினேன். அதுவும் மனநிறைவான நிகழ்வு. அங்கு வந்திருந்த ஒருவர் தன்னை இந்திய வம்சாவளி என்று அறிமுகம் செய்துகொண்டார். பார்ப்பதற்கு இசுப்பானியர் போல இருந்தார். சில தலைமுறைகளாக ஆப்பிரிக்காவில் இருந்த குடும்பமாம். இப்போது இங்கே. பெயரெல்லாம்

மாறிவிட்டிருந்தது, முன்னோர்கள் தமிழ் பேசியிருக்கலாம் என்றார். இன்னமும் தமிழ் மூச்சு எங்கோ ஓடிக்கொண்டே இருக்கிறது, எங்கிருந்தாவது வந்து தன் பேராற்றில் இணைந்துகொள்கிறது.

வீட்டுக்குத் திரும்பியபோது ராஜ் சில இளைஞர்களுக்குக் களரி கற்றுக் கொடுத்துக் கொண்டு அடுத்த நாள் நிகழ்ச்சிக்குத் தயாரித்துக் கொண்டிருந்தார். அவரும், செல்வியும் பறையிசைக் குழுவிலும் இருக்கிறார்கள்! நானும் பறையிசை நிகழ்ச்சிக்கு அவர்களோடு சேர்ந்துகொள்ளத்தான் விரும்பியிருந்தேன், ஆனால் வளைகுடாப்பகுதி நிகழ்ச்சிக்குச் செல்லவிருந்ததால் இயலவில்லை.

சனிக்கிழமைகாலைசாக்ரமெண்டோதமிழ்ச்சங்கத்தின் பொங்கல் விழாவுக்குச் சென்றோம். கோலங்களும், கொடிகளும், தோரணங்களும், இன்முகங்களோடிருந்த சங்கப் பொறுப்பாளர்களும் உறுப்பினர்களும் வரவேற்றனர். ஜான் அவர்களது தலைமையில் சிறப்பாக இயங்குகிறது சங்கம். இவ்வாண்டு பேரவை விழாவும் இங்குதான். அச்சங்கத்தின் 25ஆவது ஆண்டு விழாவும் இவ்வாண்டு. அவர்களது சங்கம் தேர்தல் இல்லாமல் இயங்குவது தனிச்சிறப்பானது. குடும்பம் போலிருந்து விழாக்களை நடத்துகின்றனர், மகிழ்வாய்ப் பொறுப்புகளைப் பகிர்ந்து செயலாற்றுகின்றனர். வாழ்க!

மூக்கு சுந்தர் என அறியப்படும் நண்பர் சுந்தரை அங்கு கண்டது மகிழ்ச்சி. சுமார் 2004லிருந்து அனுபவப் பகிர்வு, விவாதம், மறுமொழி, சண்டை என்று ஒன்னுமண்ணாய்ப் பழகிய வலைப்பூ உறவு. நேரில் கண்டதும், அவரே

எனது நிகழ்ச்சிக்கு முன் என்னை அறிமுகம் செய்ததும் உவகையானது. ராஜா மற்றும் பாரதி பாஸ்கருடன் சங்க மக்களும் சேர்ந்து நிகழ்த்தும் பட்டிமன்றம் தொடங்குவதற்கு முன்பாக எனது மூச்சுப் பயிற்சிப் பட்டறை அமைக்கப்பட்டிருந்தது. சுமார் ஒரு மணி நேரம் எனது நிகழ்ச்சி நடந்தது. உரை, பேச்சு, கேள்வி-பதில் என்று மனநிறைவாக அமைந்தது. மலர்ந்த முகத்துடனும் ஆர்வத்துடனும் பெரியவர்கள் மட்டுமின்றிச் சிறார்களும் கலந்துகொண்டு பயின்றது சிறப்பு.

விழாவுக்குப் பேரவைத் தலைவர் பாலா சுவாமிநாதன், மேனாள் தலைவர்கள் தில்லைக்குமரன், கால்டுவெல் ஆகியோர் வந்திருந்தனர். கடந்த பல ஆண்டுகளாகப் பேரவை எனக்களித்த எண்ணற்ற நட்புகளை நினைத்து மகிழ்கிறேன். பேரவை அமெரிக்கத் தமிழர்களுக்குக் குடும்பத்தைப் போல. எத்தனையோ சவால்களையும் தாண்டி நாம் ஒவ்வொருவரும் தமிழுக்காய் உழைக்கிறோம் என்ற மனவுரத்துடன் செயலாற்றும் வீரர்கள் நிறைந்தது பேரவை. அமெரிக்காவில் தமிழர்களின் முகமும், அடையாளமும் அதுவே. மேன்மேலும் உயரட்டும், நற்செயல் பல புரியட்டும்! அதன் ஒரு அங்கமாய் என்றும் இருப்பேன்.

எனது பள்ளி நாட்களுக்குப் பிறகு ஒரு பட்டிமன்றத்தை நேரடியாக முழுமையாகப் பார்த்தது அன்றுதான். வெல்லுஞ்சொல் இன்மையறிந்து சொல்லுதல் ஒரு திறன். ராஜா, பாரதி பாஸ்கர் போன்றோருக்கு அது வாய்த்திருக்கிறது. அமெரிக்கத் தமிழர்களும் சளைத்தவர்களில்லை என்பதை அங்கே

கண்டேன். தெரிந்ததை மீட்டிக்கொளல், சிரித்தல், புதியனவற்றை அறிதல், சொல்லும் கலை, சுருங்கச் சொலலின் இன்றியமையாமை, சில நேரம் சலிப்பு, ஆகிய யாவற்றையும் ஒரு பார்வையாளர் துய்க்கும் தளம் பட்டிமன்றம். பட்டிமண்டபம் ஏற்றினை என்று திருவாசகம் பாடிய ஒரு பழைய கலை வடிவம் இன்றும் தொடர்வது சிறப்பு, தமிழ்நாட்டின் லியோனி, சாலமன் பாப்பையா, ராஜா, பாரதி பாஸ்கர், நம் வாஷிங்டன் அகத்தியன், சாக்ரமெண்டோவின் ஜேசு, தம்பி யுவா போன்றோர் நற்கருத்துக்களை விதைக்க இத்தளத்தினைப் பயன்படுத்துகிறார்கள், அவர்கள் பாராட்டுக்குரியவர்கள்.

பட்டிமன்றம் முடிந்து வாழையிலை விருந்து. அடுத்த ஊரில் (BATM, வளைகுடாப் பகுதி தமிழ்மன்றம்) நிகழ்வுக்குச் செல்லவேண்டியிருந்ததால் சற்றே அவசரமாக உண்டாலும் நிறைவான சுவையான உணவு - கிராண்ட் உணவகத்திற்குப் பாராட்டும் நன்றியும்!

அதன் பின்னர் சுமார் இரண்டு மணிநேரப் பயணம் அப்புதிய சாலையில் அமைந்திருந்தது. புதிய பாதைகளில் இயற்கையை ரசித்தபடி காரோட்டிச் செல்வது ஒரு தனி இன்பம். கலிபோர்னியாவின் கடலையொட்டிய மலைப்பகுதிகளும், பரந்த வெளிகளும், இடையூடும் சிற்றூர்களும் அழகாயிருந்தன. சாண்டா கிளாராவில் இருந்த நிகழ்விடத்தைச் சென்றடைந்தபோது அங்கே திருவிழாக் கூட்டம் களைகட்டியிருந்தது. உணவுக் கடைகளும், குழந்தைகளுக்கான விளையாட்டுக்களும் பரபரப்பாக இயங்கிக்கொண்டிருந்தன. கனகலெட்சுமி வரவேற்று ரமேஷுடன் இருக்கவைத்தார்.

கண்ணகி நாடகம் சிறப்பாக நடந்துகொண்டிருந்தது. சிலர் நம்மை அடையாளம் கண்டு உங்கள் பயிற்சியில் முன்பு கலந்திருக்கிறேன் என்று பேசியது, அதிலும் குறிப்பாக ஒரு சிறுவன் தன் அம்மாவிடம் என்னைக் காட்டி அழைத்து வர அவர்கள் வந்து உரையாடியது மகிழ்ச்சி! அங்கும் பட்டிமன்றத்துக்கு முன்பு நம்மைப் பேச அழைத்தனர்.

வரப்புயர என்று சொல்லி வரவே நேரமிருந்தது என நினைக்கிறேன். சுருக்கமாக ஒரு திருமந்திரப் பாடலையும், திருமூலர் தமிழ் இருக்கையையும் ஆராய்ச்சியையும் பற்றிச் சொன்னதோடு, ஒரு பயிற்சியையும் கொடுத்துவிட்டு, வாழ்க்கைக்குத் தேவையானது மூச்சா, பேச்சா என்ற ஒரு பட்டிமன்றத் தலைப்பினைப் பட்டிமன்ற அரசர் ராஜாவிடம் முன்வைத்தபோது கூட்டத்தில் சிரிப்பலை. அதன் பின்பு வந்த ராஜா அவர்கள், மூச்சு இருக்கட்டும் இப்போது பேச்சைக் கவனிப்போம் என்று கலகலக்க வைத்தார். அவர் மீண்டும் திருமந்திரத்தையும், மூச்சையும் குறிப்பிட்டுப் பேசியது மக்கள் மனதில் பதியும்படி இருந்திருக்கும் என்று மகிழ்வை அளித்தது.

சாக்ரமெண்டோவுக்கு வரும் வழியில் மாலையிருள் கவிந்திருந்தது. சிலிகன் பள்ளத்தாக்குக் கட்டிடங்களின் உயர்மாடி விளக்குகள் ஓங்கி ஒளிர்ந்துகொண்டிருந்தன. வளைகுடாப் பாலத்தின் வழியே ஓட்டியதும் அழகு. வீட்டிற்குத் திரும்பி சாக்ரமெண்டோ நிகழ்வில் தவறவிட்ட களரி, பறை போன்றவற்றின் விழியங்களை ராஜ், செல்வியுடன் கண்டுகளித்தேன்.

ஞாயிறு முழுவதும் ஆரம்பகட்ட மாணவர்கள், தேர்ச்சியில் முன்னேறியோர், குழந்தைகள், தமிழாசிரியர்கள் எனப் பலருக்கும் மூச்சுப் பயிற்சி மற்றும் ஓதுதல் பட்டறைகளை நடத்தும்வண்ணம் ராஜ் ஏற்பாடு செய்திருந்தார். நேரிலும், மெய்நிகரிலும் மக்கள் கலந்திருந்தனர். காலையில் தொடங்கி மாலை வரை நிகழ்ச்சி நடந்தாலும் பேச அலுக்கவில்லை! குழந்தைகள் ஆர்வமுடன் கற்றுக்கொள்வதும், பெற்றோர் அவர்களை ஊக்குவிப்பதும் உவப்பாக உள்ளது!

வாழ்க வளமுடன் என்ற வாசகத்தோடு வேதாத்திரி மகரிஷியின் ஒரு பெரிய படம் வீற்றிருந்த அந்த அறையிலேயே நிகழ்ச்சி நடந்தது. அந்த நுண்சொல் காண்போருக்கு மனவெழுச்சியையும், கேள்விகளுக்கான விடைகளையும் தருவதாக இருக்கிறது. மாலையில் கிராண்ட்/பரோட்டாஸ் உணவகத்தில் (https:// thegrandcuisine.com/)விருந்தும்,புத்தகக்கையெழுத்திடல் நிகழ்வும் நடந்தது. தமிழ்ச்சங்கப் பொறுப்பாளர்கள், உறுப்பினர்கள் குடும்பத்தோடு வந்திருந்ததும், சிறந்த உணவும், இந்தப் பயணத்தின் முத்தாய்ப்பாக அமைந்தன. பல புதிய நண்பர்களையும், பணியை மேம்படுத்துவதற்குகந்த தொழில் முனைவோர்களையும் சந்தித்த சிறந்த மாலை அது! ராஜ்&செல்வியின் அன்பு அனைவரையும் ஒன்றிணைத்து அழைத்துச் செல்கிறது, அது பற்பல நல்லுள்ளங்கள் இணைந்து நற்பணிகள் பல நடப்பதற்கு ஏதுவான சூழலை உருவாக்கித் தருகிறது.

அடுத்த நாள் அதிகாலையிலேயே கிளம்பி விமானத்தைப் பிடித்து மாலைவாக்கில் ஊர் திரும்பினேன்.

ஆ, சொல்ல மறந்துவிட்டேன், வரும்போது டென்வர் விமான நிலையத்தில் அந்தச் சின்னக் கடையில் மலைத்தேன் வாங்கி வந்தேன்! இனிமை!

ராஜ், செல்வி, கனகலெட்சுமி, ரமேஷ், ஜான், சுந்தர், தமிழ்ச்சங்க ஏற்பாட்டாளர்கள், அறிமுகமாகிய புதிய நண்பர்கள், பட்டறைகளுக்கு வந்திருந்தோர், திருமூலர் தமிழ் இருக்கைக்கு நன்கொடை வழங்கியோர், இன்சொல்லுடன் ஊக்குவித்தோர், பிராணாசயன்ஸ் குழுவின் சிவசங்கரி, சரவணன், மற்றும் நிகழ்வில் உதவிய அனைத்து நல்லுள்ளங்களுக்கும் எனது அன்பும் நன்றியும்! திருமூலர் தமிழ் இருக்கை விரைவில் அமையும் என்ற நம்பிக்கை ஓங்குகிறது!

வாழ்க வளமுடன்!

அருட்பெருஞ்சோதி தனிப்பெருங்கருணை!

கடந்த வாரயிறுதியில் நியூ செர்சிக்குச் சென்றிருந்தேன். வள்ளலார் தமிழ்ப் பள்ளி, நியூ செர்சி பேரவை ஆகியவற்றின் நிகழ்ச்சிகளில் கலந்துகொள்ளுமாறு நண்பர் சசியும், அவரது குழுவினர்களும் விடுத்த அன்பு அழைப்பு!

அழைப்பிற்கு நன்றியோடு சென்று இறங்கியபோது நடுங்கும் குளிரையும் பொருட்படுத்தாது அழைத்துச் செல்ல வந்திருந்த வள்ளலார் யுனிவர்சல் மிஷனின் அன்பர் பிரசன்னா ஐயா (ஆம், அவர்கள் அனைவரும் ஒருவரையொருவர் ஐயா என்றுதான் அழைத்துக்கொள்கிறார்கள்), விமான நிலையத்திலிருந்து உடன் வந்த அன்பு அம்மா, கௌதமி அம்மா (அருட்கஞ்சி), வந்து இறங்கியதும் சுவையான இட்லி சட்னி சாம்பாரோடு வரவேற்ற ராஜ்குமார் ஐயா. அவர்களோடு பேசிக்கொண்டிருந்தபோது ஒவ்வொருவரும் வள்ளலார் பெயரில் எவ்வளவு அறச்செயல்கள் புரிகின்றனர் என்று தெரிந்துகொள்ள முடிந்தது.

வெவ்வேறு அமெரிக்க மாநிலங்களிலிருந்து வள்ளலார் 200 நிகழ்ச்சிக்காக வந்து கலந்துகொண்ட அன்பு முகங்கள்.

முதல் நாளிலேயே அவர்களோடு கலந்துவிட்டதுபோன்ற உணர்வு.

அடுத்த நாள் நண்பர் சங்கரும், ஜானகிராமன் ஐயாவும் வந்து கலந்துகொண்டனர். விழாவில் சுமார் 300 குழந்தைகளும், அவர்தம் பெற்றோர், விருந்தினர், உறவுகள் என்று சுமார் 800 பேர் கலந்துகொண்டனர் என்று அறிந்தேன். குழந்தைகள் தம் மழலைக் குரலில் தமிழ்க் கதைகள், பேச்சுப் போட்டி, குறள், அருட்பா ஓதுதல் என்று வியக்க வைத்தனர். பெற்றோர்/ஆசிரியப் பெண்மணிகள் தம் பள்ளியைப் பற்றிய ஒரு கும்மி நடனம், டெலவர் நண்பர்களின் முழவு கலைக்குழுவின் எழுச்சிப் பறையிசை, அன்பு அம்மா அவர்களின் அருட்கஞ்சி மற்றும் வள்ளலார் மிஷனின் இதர செயற்பாடுகளைப் பற்றிய உரை, கலைமதி அம்மா அவர்களது புளோரிடா இண்டர்நேஷனல் யுனிவர்சிட்டியில் அமையவிருக்கும் தமிழ் இருக்கை மற்றும் வள்ளலார் ஸ்டடிஸ் மையம் ஆகியன பற்றிய உரை என்று கருத்துக்கும் கண்ணுக்கும் இனிமையாயிருந்தன நிகழ்ச்சிகள். ஒருசினிமாப்பாட்டேடா, குத்தாட்டமோ இல்லாத ஒரு தமிழ் நிகழ்ச்சிக்காக வள்ளலார் தமிழ்ப் பள்ளிக்கு ஒரு சிரந்தாழ்ந்த வணக்கம்!

எனது உரையில் திருமூலர் முதலான சித்தர்களின் மூச்சுப் பயிற்சி முறைகளைப் பற்றியும், அவற்றோடு வள்ளலாருக்கு இருக்கும் தொடர்பினைப் பற்றியும் குறிப்பிட்டுப் பேசிவிட்டு அனைவருக்கும் சில பயிற்சிகளைக் கற்றுத் தந்தேன். மருத்துவர் ஜானகிராமன் திருமூலர் தமிழ் இருக்கையின் இன்றைய மருத்துவத் தேவையைப் பற்றிக் குறிப்பிட்டும், திருமந்திரத்தின்

மருத்துவக் கூறுகளைக் குறிப்பிட்டும் உரையாற்றினார். நண்பர் சங்கர் தம்முடைய வள்ளலார் பள்ளி மற்றும் தமிழ் கற்பித்தலின் அனுபவங்களைப் பகிர்ந்துகொண்டு பள்ளியை வாழ்த்தினார். முருகேசன் அவர்கள் வள்ளலாரது யோக முறைகளைப் பற்றிய அருமையான ஆழமான உரையை ஆற்றினார். அடையாறு ஆனந்த பவனின் வாழையிலை விருந்தோடு மிகவும் இனிமையாக நிறைவடைந்தது அந்நிகழ்ச்சி. பள்ளிக் குழந்தைகளுக்கும், பெற்றோர்களுக்கும், ஆசிரியர்களுக்கும் எனது அன்பும், வாழ்த்தும், நன்றியும்!

அடுத்த நாள் காலையில் நண்பர் வெங்கடேஷ் அவர்கள் வீட்டில் அருட்பா அகவல் ஓதும் நிகழ்ச்சி அதனைத் தொடர்ந்து சில மூச்சுப் பயிற்சி செய்யலாம் என்று அழைத்திருந்தார். அருட்பா அகவலைச் சிலமுறை அண்மையில்தான் கேட்டிருந்தேன். இருப்பினும் அனைவருடனும் சேர்ந்து முற்றோதல் (சிலர் பாராயணம் செய்தனர்) செய்தது சிறந்த அனுபவம். அங்கிருந்த வள்ளலாரது சன்மார்க்க அன்பர்களோடு மூச்சுப் பயிற்சிகளைப் பற்றிய செய்திகளைப் பகிர்ந்துகொண்டதும் மகிழ்வானது. சிறந்த மதியவுணவும் பரிமாறினர்.

அளவோடு உண்டுவிட்டு, அடுத்து பிஸ்காட்டவே நூல்நிலையம் சென்றோம். அங்குதான் நியூசெர்சி தமிழ்ப் பேரவையும், நூல்நிலையமும் நடத்திய மூச்சுப் பயிற்சிப் பட்டறை. பல்வேறு இன மக்களும் வந்திருந்ததால் ஆங்கிலத்திலேயே நடந்தது நிகழ்ச்சி. உரை, பயிற்சியோடு சிறப்பான கேள்வி-பதில்களும் இடம்பெற்றன. இரண்டு

மணி நேரம் போனதே தெரியவில்லை என்றனர்! மகிழ்ச்சி! தமிழ்ப் பேரவை நண்பர்களோடு தேநீர் அருந்திவிட்டு, நண்பர் கபிலன் அவர்கள் அந்த மழையோடும் குளிரோடும் விமான நிலையத்தில் கொண்டுவந்து விட நியூ செர்சிக்கு நன்றியோடு விடைகொடுத்துக் கிளம்பினேன்.

ஒவ்வொரு பயணமும் ஒரு சிலவற்றைக் கற்பித்தாலும், சில பயணங்கள் ஒரு பெரும் தாக்கத்தை ஏற்படுத்துகின்றன என்றே உணரத் தோன்றுகிறது.

அவ்வகையில் இந்தப் பயணம் வள்ளலாருடனும் அவரது மெய்யன்பர்களுடனும் இணைத்து வைத்தது என்று சொல்லலாம். மூச்சுப் பயிற்சி செல்லக்கூடிய அடுத்த இடமாக உயிரிரக்கம் (ஜீவ காருண்யம்) இருக்கின்றது என்ற கருத்தைக் கூட்டங்களிலும் உரையாடல்களிலும் பகிர்ந்துகொண்டேன். மூச்சின் வழியாக ஒருவர் தன்னுணர்வையும், பிற உயிர்களைப் பேணுதலையும் நிகழ்த்த இயலும் என்றே உணர்கிறேன். அதைப் போலவே வள்ளலாரே புரிந்ததுபோல உணவு மட்டுமல்லாது மருத்துவமும் பிணிபோக்குவதே. அதனை மூச்சின் மூலம் நிகழ்த்துவதும் வள்ளலாரது பணியைத் தொடர்வதே என்று தோன்றுகிறது.

இத்தகைய உணர்வுகளுக்கெல்லாம் காரணம் அந்த இரண்டு இரவுகளும் எனக்குத் தோன்றிய இரண்டு கனவுகள்: முதல் நாள் கனவில் எனது தந்தையார் வந்து எனக்கு ஒரு புதிய மண்வெட்டியைத் தருகிறார், நாங்கள் இருவரும் பொங்கலுக்காக அடுப்புக் குழி வெட்டுகிறோம். அடுத்த நாள் கனவில் நான் ஆய்வுக்கூடத்தில் வேலைசெய்தபடியிருக்க அருகில்

வந்து நிற்கிறார் வள்ளலார்! நான் கனவுகளைப் ஆர்வத்தோடு போற்றுபவன், அவற்றோடு சென்று மனவோட்டங்களோடு பிணைந்து வாழ்வின் கோடுகளை வரைய, வரைந்த கோடுகளைச் சரிபார்த்துக்கொள்ள, தவறான கோடுகளைக் கண்டுகொள்ள முனைபவன். அந்த வகையில் இந்த இரண்டு கனவுகளுக்கும் ஏதோவொரு ஆழ்ந்த பொருள் இருக்கவேண்டும் எனவுணர்கிறேன்.

அருட்பெருஞ்சோதி தனிப்பெருங்கருணை!

ஜெர்மெனிக்கு முதல் பயணம்

ஜெர்மனி நாட்டிற்குச் சென்றிருந்தேன். 12 நாள் பயணம். MEDICA 2022 மெடிகா மாநாட்டில் கலந்துகொள்வதும், பிராணாசயன்ஸ் நிறுவனத்தின் பணிகளை விரிவாக்குவதும் முக்கிய நோக்கங்கள். வேலையைத் தாண்டி, ஜெர்மெனியில் நான் கண்டவற்றையும், உணர்ந்தவற்றையும், எடுத்த படங்களையும் பகிர்ந்துகொள்ளவே இப்பதிவு!

ஜெர்மெனியில் ஜெர்மன் மொழி தெரியவில்லையென்றாலும் பெரும்பாலும் ஆங்கிலத்தில் சமாளித்துக்கொள்ளலாம். ஆனால் மக்களோடு இயல்பாகக் கலக்கவேண்டுமென்றால், தன்னிச்சையாக இயங்கவேண்டுமென்றால் ஜெர்மன் மொழி அவசியம். மதுரைக்கு வழி வாயில்! தெரியாதவற்றைத் தயங்காமல் கேட்டேன், எப்போதும் யாரேனும் ஒருவர் பதிலளிக்க இருந்தார். கூகுள், ஆப்பிள் வழிகாட்டிகள் (GPS, maps) கையைப் பிடித்துக் கூட்டிக்கொண்டு போகிறார்கள். ஜெர்மெனியின் பொதுப் போக்குவரத்து அருமை. நான் சென்ற இடங்களிலெல்லாம் ஐந்து, பத்து நிமிட நடையில் பேருந்து, டிராம், ரயில் என்று ஏதாவதொன்றுக்கு வாய்ப்பிருந்தது. பெரும்பாலும் குறித்த நேரத்தில் அவை

இயங்குகின்றன. DB, Rheinbahn, போன்ற செயலிகளை வைத்துக்கொள்வது, மொத்தமாகப் பயணச்சீட்டு வாங்கிக் கொள்வது போன்றவை பயணங்களை இலகுவாக்கியது. சாலையோரங்களில் நடைபாதையும், மிதிவண்டிப் பாதையும் மக்களை நடக்கவும் சர் சர் என்று மிதிவண்டிகளில் பறக்கவும் ஊக்குவிக்கின்றன. பொதுப் போக்குவரத்தை அரசு ஊக்குவிக்கிறது. சில இடங்களில் Airbnb, சில இடங்களில் நட்சத்திர விடுதி, இரண்டு இரவுகள் நண்பன் கிருஷ்ணராஜுடன் என்று தங்கல் ஏற்பாடுகள்.

பிராங்க்பர்ட் நகரில் சென்று இறங்கி, விமானநிலையத்திலிருந்து தொடர்வண்டி நிலையத்திற்குப் பேருந்தைப் பிடித்து, அங்கு வந்து நான் செல்லவேண்டிய இடத்திற்கு இன்னொரு ரயிலைப் பிடித்து அங்கு இறங்கி ஐந்து நிமிட நடையில் நான் தங்குமிடம். சுருக்கமாகக் கிளம்பி மதியம் நான் நடத்தவிருந்த பயிற்சிப் பட்டறைக்குச் சென்றேன். வெளியில் பெட்டிபோல உயிரற்றுத் தெரிந்த கட்டிடத்தின் ஒற்றைக் கதவைத் திறந்து நுழைந்தால் அங்கு அழகாய் விரிகின்ற அரங்கங்களும், மாடிகளும், மக்கள் கூட்டமும் அதிசயமூட்டுபவை. இந்தக் கட்டிடத்திற்குள் இவ்வளவு இருக்கிறதா என்று வெளியிலிருந்து பார்க்கும்போது தெரிவதில்லை.

ஜெர்மானியக் கட்டிடங்கள் என்னை வெகுவும் கவர்ந்தன. நேர்த்தியாக அமைக்கப்பட்ட சுவர்கள், சன்னல்கள், கூரைகளைக் கொண்ட கட்டிடங்கள் வீதிகளில் கோடு போட்டதுபோல் வரிசையாக இருந்தன.

இலையுதிர் காலத்தின் மரங்களும் பகற்பொழுதுகளின் மெல்லொளியும் அவற்றுக்கு ஒரு அமைதியைத் தந்தன. சில இடங்களில் அந்த அமைதி மனதினை ஒரு மெல்லிய சோகத்திலும் தனிமையிலும் ஆழ்த்துவதாக இருந்தது. ஒளியின் அருமையை இழந்த இருளின் பரிதவிப்பு அது. ஏதேனும் ஒன்றைக் கைக்கொண்டு அந்த இருளைத் துரத்தத் தெரிந்துகொண்டால் போதும், எல்லாம் இயல்பாய் அமைந்துகொண்டுவிடும்.

அன்றைக்கு அனிக்கா என்பவர் பேலன்ஸ் யோகாவில் ஒரு மூச்சுப் பயிற்சிப் பட்டறையைச் சிறப்பாக ஒழுங்கு செய்திருந்தார். மக்கள் ஆர்வமாகக் கேள்விகளைக் கேட்டுப் பயிற்சி செய்தது மனநிறைவு. பட்டறையை முடித்து வெளியே வந்தபோது மாலை 5 மணி, இருட்டியிருந்தது. வீதிகளில் கூட்டம் கூட்டமாக மக்கள் நடந்து சென்றவண்ணமிருந்தனர். தெருவோரக் கடையொன்றில் குடித்த சூடான ஆப்பிள்வைன் (சைடரைப் போன்றது) மாலைக்கும், குளிருக்கும் இதமாக இருந்தது. கிறிஸ்துமஸ் மார்க்கெட் எனப்படும் கடைவீதிகளை வண்ண விளக்கு, பாட்டு என்று ஆரம்பித்திருந்தார்கள்.

வீதிகளில் நடப்பது எனக்கு எல்லா ஊர்களிலுமே பிடித்தவொன்று. அங்கும் அதைச் செய்தேன். துருக்கிய உணவுக்கடைகள் ஏராளம். வெதுப்பகங்களில் பல்வேறு வகைகளில் ரொட்டிகளும், சாண்ட்விச், க்ரெசான், பிரெட்சல், ஹாட் டாக் வகை பன்களும் நிரம்பியிருக்கின்றன. ஒன்றை வாங்கிக் கடித்துக்கொண்டு நடந்தால் போதும், பசி பறந்துபோகும். அந்தந்த ஊர்ச் சாப்பாட்டைச் சாப்பிடலாம் என்ற ஆர்வத்தால்

பொதுவாக வெளிநாடுகளில் இந்திய உணவகங்களைத் தவிர்க்க முயல்வேன். பத்து நாள் காய்ந்தால் வீட்டு ரசமும் சோறும், மீன் குழம்பும் கேட்கும் நாக்கு என்பது தனிக்கதை.

அடுத்த நாள் காலையில் கிளம்பி டுசெல்டார்ஃப் நகருக்குச் சென்றேன். அங்கு செல்வதற்கு இரண்டு மணி நேர ரயில் பயணம். ICE என்று சொல்லப்படும் இண்டர்சிட்டி எக்ஸ்பிரஸ், மணிக்கு 300 கிமீ வேகம் வரை செல்லக்கூடியது. அத்தனை வேகத்திலும் அலுங்காமல் குலுங்காமல் கொண்டுபோய்ச் சேர்த்தது. டுசெல்டார்ஃபில்தான் மெடிக்கா மாநாடு. தென் கரோலினாவிலிருந்துவந்திருந்தஉடன்பணியாளர்களைக் கண்டு அவர்களோடு அன்றிரவு ஒரு இத்தாலிய உணவு விடுதியில் உணவு. அடுத்த நாள்தான் மாநாடு தொடங்கியது.

மெடிக்கா 2022. இது ஆண்டுதோறும் நடக்கும் மாபெரும் கண்காட்சி. 17 பெரும் அரங்கங்களில் உலகின் 70 நாடுகள், 5000க்கு மேற்பட்ட நிறுவனங்கள் கலந்துகொள்ளும் மருத்துவம் சார்ந்த குறிப்பிடத்தக்க நிகழ்வு. இவ்வளவு பெரிய மாநாட்டை நான் கண்டது இல்லை. துறை சார்ந்த மாநாடுகள் சில ஆயிரம் மக்களோடு நிகழ்வதுண்டு. ஆனால் இதுவோ சுமார் எண்பதாயிரம் பேர் கலந்துகொண்டது. மருத்துவத் தொழில் நுட்பத்தில் ஒரு சிறிய பேண்டேஜ் முதற்கொண்டு, ரோபாட்டிக் சர்ஜெரி வரை அத்தனையையும் ஒரே இடத்தில் அறியும் வாய்ப்பு. இவ்வாண்டு செயற்கையறிவு, அணிந்துகொள்ளும் வகையில் அமைந்த உடல்நல சாதனங்கள் போன்றவை

குறிப்பிட்ட இடத்தைப் பிடித்தன. தனிநபர்கள் உடல்நலம் மற்றும் மனநலம் பேணும் வகையிலேயே கருவிகள் அதிகரித்து வருவதைக் காண்கிறேன். இதுவொரு நல்ல திருப்பம். நான்கு நாட்களும் பல்வேறு உரையாடல்கள், சந்திப்புகள், திட்டமிடல்கள் என்று சுழன்றன. சோல்வே என்பவர் ஒழுங்கு செய்திருந்த டுசெல்டார்ஃபில் இரண்டு பட்டறைகளை நடத்திவிட்டு மைன்ஸ் நகரை நோக்கிக் கிளம்பினேன்.

சில நட்புகள் எங்கு தோன்றும் எங்கு மறையும், மீண்டும் எங்கே மேலெழுந்துவரும் என்று ஆச்சரியமாக இருக்கும். நான் டெல்லியில் தேசிய நோயெதிர்ப்புக் கழகத்தில் ஆராய்ச்சியாளனாக இருந்தபோது தனது பட்ட மேற்படிப்பு கோடை ஆராய்ச்சிக்காகத் திருச்சியிலிருந்து கிருஷ்ணா வந்திருந்தான். சில வாரங்களே இருந்தபோதும் ஒன்றாக உண்டு, உறைந்து, பாடி, பேசிக் களித்த நட்பு. பிறகு அவரவர் பாதையில் சென்ற பிறகு பெரும் தொடர்பில்லாமல் இருந்தது. 2015ஆம் ஆண்டு என நினைக்கிறேன், தற்செயலாக கூகுள் செய்தியில் பேராசிரியர் கிருஷ்ணராஜ் ராஜலிங்கத்திற்கு அறிவியல் ஆராய்ச்சிக்கு உயரிய ஜெர்மன் விருது ஒன்று கிடைத்ததாகக் கண்ணில் பட்டது. ஆர்வத்தில் செய்தியைக் கிளிக்கிப் பார்த்தபோது, அட நம்ம கிருஷ்ணா! அதன் பிறகு தொடர்பில் இருந்தோம்.

டுசெல்டார்ஃப் நிகழ்வுகள் முடிந்து மைன்ஸ் நகருக்குச் சென்றேன். அது பிராங்க்பர்ட்டிலிருந்து சுமார் ஒரு மணி நேரப் பயணத்தில் அமைந்திருக்கும் நகரம். அங்கிருந்து சற்றுத் தொலைவில் இன்னொரு அழகிய புற நகர்ப்

பகுதியில் அவர்களது வீடு. கிருஷ்ணாவின் குடும்பத்தோடு கழித்த இரண்டு நாட்களும் அறிவியல், வாழ்க்கை முறை, சவால்கள், சாதனைகள் என்று நிறைய உரையாடல்கள், சிறந்த விருந்தோம்பல். மைன்ஸ் பல்கலைக் கழகத்தில் கிருஷ்ணாவின் ஆய்வுக்கூடத்திற்குச் சென்றேன். செல் உயிரியலில் கிருஷ்ணா நிறைய சாதித்திருக்கிறார், தொடர்ந்தும் பல்வேறு கண்டுபிடிப்புகளை நிகழ்த்தி வருகிறார். அவர் மேன்மேலும் உயர வாழ்த்துகிறேன். 1500 ஆண்டுகளுக்கு மேற்பட்ட பழைய கோயில், குட்டன்பர்க் அருங்காட்சியகம், ரைன்ஸ் நதி என்று கிருஷ்ணாவோடு நடந்துவிட்டு உணவருந்தியது சிறந்த மாலை.

பிராங்க்பர்ட்டிலுள்ள பிரம்ம குமாரிகள் அமைப்பு ஒரு கூட்டத்திற்கு அழைத்திருந்தது. நண்பர்கள் ரமேஷ் மற்றும் முகுந்தன் மூலமாக இது நடந்தது. கிருஷ்ணா வண்டியமர்த்திப் போய்வரச் செய்தார். அங்கு சென்று அவர்களோடு உரையாடியதும், பயிற்சியும், பின்னர் ஜெகன் அவர்களுடைய தபேலா, ஆர்மோனியத்தோடு பாடல்களைப் பாடியதும் மகிழ்ச்சி. அடுத்த நாள் கிருஷ்ணா அன்பளிப்புகள் பல அளித்து, ரயிலேற்றிவிட்டான். வாழ்வின் பேரோட்டத்தில் பழையவற்றை மறக்காது நட்பு பாராட்டுபவர்களைக் காண்கையில் மனம் அன்பால் நிரம்புகிறது.

இறுதி நிகழ்வுக்கு வந்துவிட்டோம். அது விட்டன் பல்கலைக் கழகத்தில் நடந்த பட்டறை. மருத்துவப் பேராசிரியர் டோபியாஸ் எஸ்ச் அதனை ஒழுங்கு செய்திருந்தார். அவர் உடல்-மன நலத்தில்

ஆராய்ச்சி செய்பவர், அதற்கென்றே பல்கலைக் கழகத்தில் மருத்துவமனையை உருவாக்கி அதனை நடத்துபவர். அந்நிகழ்வில் மாணவர்களே மிகுதியாக அமர்ந்திருந்தனர்; மெய்நிகராகவும் பலர் கலந்திருந்தனர். மாணவர்களுடனான கேள்வி-பதில் அவர்களுக்குத் தேவையான பயிற்சிகள், யோகம் என்பது மதம் சார்ந்து இயங்க வேண்டுமா, தமிழின் யோக வளம் ஏன் இன்னும் வெளித் தெரியாமல் இருக்கிறது, இன்றைய மனச் சிக்கல்களுக்கு யோகம் தீர்வைத் தருமா என்பன குறித்த செறிவான உரையாடல்களுக்கு வாய்ப்பளித்தது. நிகழ்வு முடிந்த பிறகும் மாணவர்கள் சூழ்ந்து பேசிக்கொண்டிருந்ததில் உவகையடைந்தேன். அதிலொரு மாணவி மூச்செனும் குதிரையின் மேல் மனம் செல்வதைப் படமாகக் கீறி அதனைக் காட்டிப் பேசிக்கொண்டிருந்தார். டோபியாஸ் என்னைப் புகழ்ந்து பாராட்டியதைத் தமிழின் மேல் சொரிந்த மலராகவே கருதுகிறேன்.

பெட்டிகளையும், முதுகுப் பையையும் சுமந்து இழுத்து நடந்து ஓடி வாகனங்களைப் பிடித்து பறந்து வழக்கம்போல நிலைக்கு வந்துவிட்டது தேர். ஒவ்வொரு பயணத்தின் நிறைவிலும் நாடுகளைப் பற்றியும், மக்களைப் பற்றியும் முன்னர் இருந்த மனச் சித்திரங்கள் மெல்ல மங்கிப் புதிய நினைவுகள் தோன்றுகின்றன. கற்பனைகளைத் துடைத்துவிட்டு, உணர்வாலும் அறிவாலும் புதிய கதைகளை எழுதுகின்றன பயணங்கள். நான் பயணங்களை விரும்புகிறேன்.

உண்டு உடுத்துப் பூண்டு இங்கு உலகத்தார் போல்
திரியும்

தொண்டர் விளையாட்டே சுகம் காண் பராபரமே.

இந்தப் பயணத்தைச் சிறக்கச் செய்த அத்தனை
உள்ளங்களுக்கும் நன்றி! நன்றி நவிலல் நாளுக்கு
வீட்டிற்கு வந்துவிட்டது மகிழ்வு. நன்றி!

JOANNEM GENSFLEISCH
DE GUTENBERG
PATRICIUM MOGUNTINUM
AERE PER TOTAM EUROPAM COLLATO
POSUERUNT CIVES
MDCCCXXXVII

நார்வே - சுற்றமும் நட்பும்

குடும்பத்துடன் நார்வே நாட்டிற்குச் சென்றிருந்தோம். சார்ள்ஸ்டனிலிருந்து கிளம்பி, நியூயார்க், ரெய்க்யாவிக் வழியாக ஓஸ்லோவில் வந்து இறங்கினோம். வட துருவப் பனிக்காற்றை ஆகஸ்டிலும் ஐஸ்லாந்தில் உணரலாம் போலிருக்கிறது! நார்வே சற்றே தேவலாம். இதமான பகல்பொழுதுகள், சற்றே குளிர்ந்த இரவுகள். மெல்லிய போர்வை போதும். வெறும் செருப்புக்காலோடு நடக்கலாம், மூடிய பாதணிகள் தேவையில்லை. ஒரு சிறிய காட்டுப் பாதையில் நடக்கலாம். நிறைய ராஸ்பெரி பழங்களும், நீல பெர்ரிப் பழங்களும் பாதையோரங்களில் அக்காட்டில் பழுத்துக் கிடக்கின்றன. நீல பெர்ரிப் பழத்தைப் பறிக்கவென்று ஒரு அரி கரண்டி உண்டு. இலைகளைப் பெரிதும் கொய்துவிடாமல் கவனமாகவும் பொறுமையாகவும் பறித்துக் கொள்ளலாம். பறவைகளைப் போல மனிதர்களும் ஒவ்வொன்றாய்ப் பறித்து உண்ணக் கற்றுக் கொள்ள வேண்டும். கை நிறைய அள்ளி வாய் நிறையப் போட்டுக் கொள்வது மனிதர்களுக்கு வழக்கமாகப் போய்விட்டது போலும்!

நார்வேஜிய மக்கள் உருவத்தால் நன்றாக வளர்ந்து வாட்ட சாட்டமாக இருக்கிறார்கள். அழகாகச் செதுக்கப்பட்ட சதுர வடிவ முகங்களில் தெரிபவை

அவர்களுடைய ஆதிக் குடிகளின் கோடுகளாகத்தான் இருக்கவேண்டும். வலிமையான மரக்கலங்களில் கடல்களைத் தாண்டி, போர்களையும், நோய்கள் பலவற்றையும் கண்டு கடந்து நிற்பவர்களிடம் வலிமை நிறைந்துதானிருக்க வேண்டும் என்று நம்பும்படியான தோற்றமும், தன்னம்பிக்கையும் மிளிரும் மிடுக்கினைப் பார்க்கலாம்.

குடும்பத்தின் திருமண வரவேற்பு விழாவில் மணமகன் (நார்வேஜிய வம்சாவளி), மணமகள் (தமிழ் வம்சாவளி), மற்றும் மணமக்களின் பெற்றோர்கள், நண்பர்கள் யாவரும் உரையாற்றினார்கள். ஒவ்வொருவருமே தங்கள் மனதைத் திறந்து பேசியதைப் பார்க்க முடிந்தது. மணமகன் தன் வாழ்நாளின் இன்ப துன்ப நினைவுகளைக் குறித்தும், தனது சகோதரன், மறைந்த தாய் இவர்களைப் பற்றிப் பேசும்போது கண் கலங்கி விசும்பித் திணறிப் பின் சிரித்துத் தேறிப் பேசியது மனதை நெகிழச் செய்தது.

நார்வேஜியர்களது திருமணம் பொதுவாக மிகச் சிறிய குடும்ப விழாவாகத்தான் இருக்குமாம். ஐம்பது பேர் வந்தாலே அதிகமாம். அதனாலேயே அவர்கள் இத்தகைய மனந்திறந்த பேச்சிற்குப் பழக்கமாகியிருக்கிறார்கள் போலும். மணமகனின் மாப்பிள்ளைத் தோழனாகிய நண்பன் ஒரு விவசாயி, கிராமப் புறத்திலிருந்து வந்திருந்தார். மாப்பிள்ளையோடு இளம் வயதிலிருந்து ஒன்றாக வளர்ந்தவர்கள். அந்தக் காலத்தில் அவர்கள் கேட்டிருந்த ஒரு பாடலைச் சற்றே மாற்றியமைத்துப் பாடினார். எல்லோரையும் கைகளால் சொடக்குப் போடச் சொல்லித் தாளத்தோடு அவரும் பாடி, மணமகனையும்

பாடச் சொல்லி எல்லோரும் சிரித்து மகிழ்ந்தனர். அந்தத் தோழனது தங்கு தடையற்ற பேச்சும், உடல் மொழியில் தெரிந்த தன்னம்பிக்கையும் வியப்பினை அளித்தன.

பொதுவாகவே அங்கு பேசிய அனைவருமே ஒலிவாங்கியைப் பிடித்துப் பேசும்போது மிகச் சாதாரணமாகவும், இயல்பாகவும், எந்தத் தயக்கமோ பயமோ இல்லாமல் பேசினார்கள். நார்வேஜியர்களுக்கு மேடைக் கூச்சம் இருப்பதாகத் தெரியவில்லை. அந்த வார்த்தையைக் கூடப் பாசாங்குக்காகவேனும் யாரும் சொல்லவில்லை. நான் மேடையில் பேசியதில்லை, பொதுக்கூட்டத்தில் உரையாற்றியதில்லை போன்ற எந்தவொரு பீடிகையும் இல்லாமல் ஒரு பொது இடத்தில் மனந்திறக்கவும், அழவும், சிரிக்கவும், உரையாடவும் ஒரு சமூகத்தை உருவாக்குவது எவ்வளவு சிறப்பு என்று வியக்கிறேன்.

உழைப்பையும் உண்மையையும், மனந்திறந்த உரையாடல்களையும் நம்புகிற இந்த மக்களோடு வந்து கலக்கும் வெளிநாட்டவர்களில் பலர் வஞ்சனையும், சூழ்ச்சியும், பொய்யும் நிறைந்தவர்களாகவும், பணம் குறித்த பேராசையோடும் இருக்கிறார்கள். இது நார்வேஜியர்களுக்கு அதிர்ச்சியையும், ஏமாற்றத்தையும், கோபத்தையும் அளித்திருக்கலாம். அதன் விளைவே மற்ற சமூகங்களின் மீது அவ்வப்போது தெறிக்கும் வன்முறை என நினைக்கிறேன்.

கடுமையான உழைப்பினால் முன்னேறி நிற்கும் பல வெளிநாட்டவர்களையும் பார்க்கிறேன். ஒழுக்கம், சாதனை, இழிகுணம் போன்றவை ஒரு சமூகத்தின்

அடையாளமாகத் தெரிந்தாலும் அவை ஒவ்வொரு தனிமனிதரின் தன்மையேயாம். ஒரு சமூகம் கூடியிருக்கும் இடமே குடியாகும். அதற்குள் பல்வேறு குலங்கள் இருக்கக்கூடும். உழவர் குலம், வியாபாரிகள் குலம் என்று அவர்கள் தங்கள் தொழில் காரணமாகக் கூடிக் குலவுவதற்கும், தொழில்புரிந்து குலுங்கவும், கலக்கவும் ஏற்பட்டவையே குலங்கள். ஆர்வமுள்ள எவரும் ஒரு குலத்தில் கலக்கலாம். கிளப் என்று உறுப்பினராவதைப் போல எந்தவொரு குலத்திலும் எவரும் சேரலாம். பல்வேறு குலங்கள் கூடி வாழ்வதே குடியாகும். ஒவ்வொரு தனிமனிதனின் ஒழுக்கமும், பண்பும், தன்மைகளும், வெளிப்பாடுகளும் குலம், குடி ஆகியவற்றின் மீது நிலையான தீர்மானங்களை ஏற்படுத்த வல்லவை. எனவேதான் குடிமை என்ற அதிகாரத்தின் ஒவ்வொரு குறளும் ஒரு தனி மனிதரின் பண்புகள் அவர் சார்ந்திருக்கும் (சார்தல், சேர்த்தல், சேர்த்தி, சாதி) குலம், குடி ஆகியவற்றின் ஒட்டுமொத்தப் பண்பினையும் பாதிக்கின்றன, தீர்மானிக்கின்றன என்பதாக நம்மை எச்சரிக்கின்றன போலும்! எடுத்துக்காட்டாக,

சலம்பற்றிச் சால்பில செய்யார்மா சற்ற

குலம்பற்றி வாழ்துும்என் பார்

என்ற குறள் குலங்களில் எவ்வாறு பிறழ்வுகள் தோன்றுகின்றன என்று கூறுகின்றது. வணிகர் குலத்தில் பிறந்த ஒருவருக்கு நடுவுநிலைமை இன்றியமையாதது. அக்குலத்தின் மாண்பினைக் காக்க விரும்பும் ஒருவர் பொருளைப் பெரிதாகக் கருதி, குற்றமுள்ள காரியங்களில் ஈடுபட்டுத் தன் குலத்தின் இயல்பிலிருந்து திரிந்து

வாழமாட்டார். இதில் நேர்ந்த பிறழ்வே குலங்களும், குடிகளும் இழிநிலையினை அடைந்ததற்கான காரணமாகக் குறிப்பிடலாம்.

நார்வே எத்தனை அழகான நாடு! டலஸ் மாமாவுடன் ஐந்து கார்களில் சுமார் 25 பேராகக் கிளம்பிச் சுற்றினோம். திங்கட்கிழமை காலையில் கிளம்பி கிரெட்டா என்பவரது வீட்டுக்குச் சென்றோம். அது சொலிவயன் என்ற சிற்றூரில் இருக்கிறது. அந்த மூதாட்டி எண்பது வயதைக் கடந்தவர். கேக்குகளையும், தேநீர், காபியையும் தானே தயாரித்து வழங்கி, தனது பின் வளவில் உரையாடிக் களித்த எண்பது வயது நார்வேஜிய மூதாட்டி. அழகான சிறிய கிராமமொன்றில், அளவான சிறிய வீட்டில் வசிக்கிறார். அவரது புல் தரையைப் பூசணிக்காய் அளவிலான ஒரு ரோபோ சத்தமில்லாமல் நகர்ந்து நகர்ந்து வெட்டிக்கொண்டிருந்தது. கிரெட்டாவின் வீட்டிற்குப் பின்புறமிருந்த சிற்றறை ஒருவர் தியானம் செய்ய, உறங்க, அமர்ந்து படிக்க, எழுதப் போதுமானதாக இருந்தது.

அங்கிருந்து கிளம்பிச் சென்ற இடம் ஒரு பழங்காலத்துக் கோயில் Borgund Stave Church. கருத்த நிறத்தில் மரத்தாலானது. கி.பி. 1200ல் கட்டப்பட்டதாம். அயோவாவில் இதனைப் போன்ற மர வேலைப்பாடமைந்த படங்களைப் பார்த்திருக்கிறேன்.

நார்வே மலைகளால் நிரம்பிய நாடு. மலைகளின் உச்சிகளில் பொழிந்த பனியானது உருகி அருவியாக ஓடும் காலம் இந்தக் கோடைக்காலம். நார்வேஜிய மக்கள் மலைகளில் ஏறுவது, நாடு முழுவதும் சுற்றித் திரிவது, காடுகளில் நடப்பது, மிதிவண்டிகளில் பயணிப்பது என்று

இந்தக் கோடைகாலத்தைக் கொண்டாடுகிறார்கள். கோதுமை வயல்கள் விளைந்து செழித்து அறுவடைக்குத் தயாராயிருக்கின்றன. அறுத்து முடித்த இடங்களில் வைக்கோலை நீர் புகாத பைகளில் சுற்றிப் பெரும் பெரும் உருளைகளாக அடுக்கியிருக்கிறார்கள். வரப்போகும் குளிர் மாதங்களில் அவை கெட்டுப் போகாதவண்ணம் இப்படித்தான் காக்க வேண்டுமாம். ஒவ்வொரு உருளையாக எடுத்துப் பிரித்து மாடு, குதிரை இவற்றுக்குப் போடலாம். மலைகளில் செம்மறியாடுகள் மேய்ந்து திரிகின்றன. அவற்றின் உரிமையாளர்கள் அடையாளத்துக்கு ஆட்டுக் கழுத்தில் வண்ண நாடாக்களைக் கட்டியிருக்கிறார்கள். கோடை முடிந்து செப்டம்பர் வாக்கில் அவற்றை வீடுகளுக்கு அழைத்துச் செல்வர்.

நார்வேயின் உயர்ந்த அருவிகளில் ஒன்றான வெட்டி (வெற்றி!) அருவிக்கு நடந்தோம். கடினமில்லாத 14 கிலோ மீட்டர் நடைப்பாதை. அது வானத்திலிருந்து விழுவதுபோல் மலையுச்சியிலிருந்து நேராக விழுந்து கொட்டி, முரட்டு ஆறாக ஓடிக்கொண்டிருந்தது. அதன் உயரமும், வீழும் அழகும் சொல்லி மாளாது. அருவிகளைப் பார்க்கும்போது ஒரு கற்றை நீரைத் தொடர்ந்து செல்ல முடியுமா அதனோடு வீழ்ந்து புரண்டு ஓடித் தனியே தெரிய முடியுமா என்று நினைத்துப் பார்த்தேன். அது தன்னுள் தானாய்க் கலந்து மறைகின்றது. அருவியில் நீர் தனது தனித் துளிமையை அருவமாக்கிப் பெரும் அருவியோடு கரைந்து காணாமல் போகிறதாலும் அது அருவி எனப்பட்டதோ. அதன் தண்ணீர் குளிர்ந்தது.

காலை வைத்தேன். 10 வினாடிகள்தான் தாங்கும் அளவு குளிர். பிறகு இன்னும் கொஞ்சம் நனைத்தேன். இறங்கி நின்று மீண்டும் ஏறினேன். ஒரு 5 நிமிடங்களுக்குப் பிறகு உட்கார்ந்து ஒரு முழுக்குப் போட்டேன். பிறகு இரண்டு, பிறகுநன்றாய்நீண்டுபெடுத்துமூன்று முழுக்குப்போடுமளவு தண்ணீரின் குளிர் தெரியாமற்போனது. அது என்னைப் புதியவனாகத்தான் ஆக்கியிருக்கவேண்டும். அதுபோல் என் உடலை இதற்கு முன் சுத்தம் செய்ததில்லை.

வளைந்து நெளிந்து உயர்ந்து நீண்ட மலைப்பாதைகளில் காரை ஓட்டுவது மயக்கம் கலந்த இன்பம். உயர்ந்த மலை முகடுகள் பார்வைபடுமிடமெல்லாம் பரந்திருக்க, பச்சைப் பசேலென்ற நிலவெளி அம்மலைகளிலிருந்து படர்ந்து இறங்கி வழிந்து அப்படியே நின்றிருக்க, இடையிடையே சிறு நூலாய் அருவிகள் நீண்டு தரையிறங்க, இவ்வளவு பெரும் இயற்கைக்கு முன்னால் சிறு மனிதனாக என் கசடுகளோடு வாழ்வதைப் பார்த்தால் சிரிப்பாகவும் வியப்பாகவும் இருக்காதா. மலையை விடவும், கடலை விடவும், இதனையெல்லாம் தாங்கிய உலகையும்விடவும் பெரியதான தன்மைகளை நமக்குள் உயர்த்திக்கொள்ளும் சாத்தியங்கள் இருந்தும் நம் சிறு மதி உண்பது, உடுத்துவது, முரண்களின் விளைநிலமாய் இருப்பது போன்ற அற்பங்களில் குழம்பிக் கிடக்கிறதே. இந்தப் பெரிய அருவியையும் மலையையும் விட எது நமக்கு இன்பத்தைத் தரப்போகிறது!

காருக்குச் சக்தியேற்ற டெஸ்லா சூப்பர்சார்ஜரில் நின்றிருந்தேன். ஒரு நார்வேஜிய சிறுவர் கூட்டம

சைக்கிளில் வந்தது. 11 முதல் 16 வயதிலான பயல்கள். இருவர் நியூயார்க் தொப்பியணிந்திருந்தனர். அவர்களிடம் பேச்சுக் கொடுத்தேன். சிறிது நேரம் படிப்பு, சைக்கிள், கார் என்பனவற்றைப் பேசினோம். உங்கள் நாடு அழகானது என்றேன். அதில் ஒருவன் பாட்டிலில் தண்ணீர் வைத்திருந்து குடித்தான். அவன் சொன்னான், எங்கள் ஊர்த் தண்ணீர் சிறந்தது, குழாயில் வருவதையோ, அருவியில் வழிவதையோ அப்படியே குடிக்கலாம் என்றான். அவனை நான் மிகவும் மதிக்கிறேன். தன் நாட்டின் பெருமையை ஓடும் தண்ணீரில் ஒரே வரியில் சொல்லிவிட்டான். அதனால்தான் வான் சிறப்பு கடவுள் வாழ்த்துக்கு அடுத்தபடியாக இருக்கிறதோ. மணிநீரும் மண்ணும் மலையும் அணிநிழற்காடும் உடையது நார்வே. வாழ்க நார்வே!

பல்வேறு இனங்களால் நிரம்பியிருக்கிறது நார்வே. இதனாலேயே அந்நாடு அழகாகவும் தோன்றுகிறது. இந்த அழகை சுவீடன் நாட்டின் கோதன்பர்க் நகரில் ஒரு பின் மதிய வேளையில் மிதமிஞ்சிக் காண நேர்ந்தது. சனிக்கிழமையின் பின்னேரத்தில் அந்தத் தெரு முழுவதும் உலகின் மொத்த இனங்களையும் திரட்டிக் கலந்து ஆறாக ஓடவிட்டது போலிருந்தது. சுவீடனில் பொருட்களின் விலை நார்வேயை விடச் சற்றே குறைவு என்பதால் நார்வேஜியர்கள் அங்கு நிறைய வாங்கிக் கொள்கிறார்கள். நாம் சிறு வயதில் படித்த கூட்டுறவு வாணிக முறையிலமைந்த கடைகளை நார்வேயிலும் சுவீடனிலும் சிறப்பாக நடப்பதைக் கண்டேன்.

ஒரு அரசு அனைவருக்குமானதாக, குறிப்பாக உழைக்கின்ற, நடுத்தர, வறிய மக்களுக்கான வசதிகளைச் செய்து தருகிறதாக இருக்கவேண்டும் என்பதை அழுத்தமாக உணர்கிறேன். வெளிநாடுகளில் சம்பாதிக்கும் மக்கள் தம் ஊருக்கு வரும்போது மலிவாக வாங்கிக் கொள்ளும் சந்தையாக அல்லாமல், உள்நாட்டிலே உழைக்கின்றவர்களது வாழ்வும் நலிந்தவர்களின் வாழ்வும் எவ்விதக் குறைபாடுமில்லாமல் நிகழ வேண்டும் என்று நடப்பதே சரியான அரசாக இருக்கும் என்று நம்புகிறேன்.

உறவுகள் மற்றும் நட்புகளோடு பின்னிரவு வரை நீண்ட அரட்டையும், பாடல்களும், அறுசுவை உணவும், உளமார்ந்த விருந்தோம்பலும் நெஞ்சில் நிற்பவை, நன்றி பாராட்டுதலுக்குரியவை. நார்வே மீண்டும் செல்லத் தூண்டும் நாடு!

EIK
ANNEN ETAGE
THEATERCAFEEN

செயிண்ட் பார்த்தலெமிக்கு முதல் பயணம் (2021)

நேற்றிரவு ஊருக்குத் திரும்பிவிட்டேன். நான்கு நாட்கள் அந்தத் தீவில் இருந்தேன். செயிண்ட் பார்த்தலெமி என்ற பிரெஞ்சுத் தீவு, கரீபியன் கடலில் இருக்கும்10 சதுர மைல் பரப்பளவும், பத்தாயிரம் மக்களையும் கொண்ட குட்டித் தீவு, தனி நாடு. சென் பார்த் என்றும், சென் பார்ட்/ஸ் என்றும் பல்வேறு மாதிரி இந்நாட்டை அழைப்பர். அலுவல் மொழி பிரெஞ்சு. பலர் ஆங்கிலமும் பேசுவர். யூரோதான் நாணயம். அங்கு ஒரு குட்டி அரசாங்கம், அதற்கு ஆறு பேர் கொண்ட காவல் படை! பசுமையும் நீலமும் கலந்த கடல், வெள்ளலைகள் வீசியடிக்கும் கடற்கரைப் பொடிமணல், ஆட்கள் நடமாற்றமற்ற சிறு குன்றுகள், கடலுக்குள் ஆங்காங்கே முளைத்திருக்கும் தூரத்து மலைகள்.

மூச்சுப் பயிற்சிப் பட்டறைக்காக என்னை அழைத்திருந்தார்கள். உலகின் தலைசிறந்த விடுதிகளில் ஒன்றான செவல் பிளாங்கில் தங்குதலுக்கு ஏற்பாடு செய்திருந்தனர். விடுதியறையின் ஒவ்வொரு அங்குலத்திலும் சொகுசும், அழகும், பணியாளர்களிடத்தில் மிகுந்த கண்ணியமும், மரியாதையும் நிரம்பியிருந்தன. சனி, ஞாயிறு இரு நாட்களிலும் மதிய வேளைகளில் நான்

நடத்த வேண்டிய பட்டறை இருக்கும். மற்ற நேரங்களில் சுற்றித் திரிந்தேன்.

ஒரு நாள் காலையில் யோகப் பயிற்சிக்கு வந்திருந்தோருடன் லெ டொய்னி (Le Toiny) மலையை வலம் வந்தோம். அந்தத் தீவு முழுவதும் எரிமலைக் குழம்பாலானது. அந்த மலையில் ஒவ்வொரு இடத்திலும் ஒவ்வோரு விதமான கற்களைக் காண முடிந்தது. சில கற்கள் மிதக்கவும் செய்யும், அந்தளவுக்கு ஓட்டைகள் நிரம்பிய, இறுகிய எரிமலைக் குழம்பு அது. சப்பாத்திக் கள்ளிகள், மற்றொரு குண்டுக் கள்ளி, சூரைப்பழம் போன்ற பழத்தைக் கொண்ட சிறு தாவரங்கள், சிறிய முட்செடிகள் யாவையும் அம்மலையில் படர்ந்திருந்தன. அந்தக் குண்டுக்கள்ளியின் பழமொன்றைத் தின்னக் கொடுத்தார்கள். அது இளஞ்சிவப்பு நிறத்தில் கிவிப் பழத்தின் சுவையில் இருந்தது. பெருமரங்கள் ஏதும் இல்லை. புழுக்கைகள் கிடந்தன. ஆடுகள் இருக்கின்றனவா என்றேன். ஆமாம், நிறைய, அவை தீவின் சிறு செடிகளைத் தின்றொழிக்கின்றன என்றார்கள். குட்டி இளவரசனின் உரையாடல் மனதிற்குள் வந்து போனது.

மணற்பாங்கான சில இடங்களில் பனை, தென்னையின் அந்த நாட்டு வகைகளைக் காண முடிந்தது. ஆச்சரியமாக சடை சடையாய்க் காய்த்திருந்த ஒரு முருங்கை மரத்தையும், நிறைய வேப்ப மரங்களையும் கண்டேன். சாலைகள் சிறியன. என் வாடகைக் காரும் சிறியதாகவே இருந்ததால் ஓட்டிச் செல்வதும், நிறுத்துவதும் சுலபமாக இருந்தது. விமான நிலையம் ஒரு சிறிய சாலையோர மோட்டல் கடையைப் போலிருக்கும். பத்து பேர் அமர்வது

போன்ற குட்டி விமானங்கள் வந்து போகும். அப்படி ஒரு விமானத்தில்தான் அருகிலுள்ள குட்டி நாடான செயிண்ட் மார்டின் வழியாக வந்தேன். ஒவ்வொரு 'நாட்டிலும்' குடியுரிமைச் சோதனை, சுங்கச் சோதனை என்று நடக்கும்.

செயிண்ட் பார்த்தில் குஸ்டாவியா என்றொரு பகுதி உண்டு. அங்கு உலகின் மிகப் புகழ்வாய்ந்த விலையுயர்ந்த நவநாகரீக துணிமணிகள் விற்கப்படுகின்றன. பெரும் பணக்காரர்களின் கடைத்தெரு அது! செயிண்ட் பார்த்தில் எதுவும் உற்பத்தி செய்யப்படுவதில்லை, எல்லாம் இறக்குமதிதான், பிரான்சு, அமெரிக்கா மற்றும் அருகிலுள்ள தீவுகளிலிருந்து வரும். அதனாலேயே எல்லாவற்றின் விலையும் மிக அதிகமாக இருக்கும். அங்கு உல்லாசப் படகுகளில் வந்திறங்கி, இளைப்பாறிப் பொருள் வாங்கிச் செல்கின்றனர்.

இருந்த நாட்களில் கடலில் ஆசை தீரக் குளித்தேன், கடற்கரையில் நடந்து திரிந்தேன், தனியனாய் அமர்ந்து மூச்சுப் பயிற்சி செய்தேன், தியானித்தேன், என் அறையின் பின்புறத்தில் அமர்ந்து கடலைப் பார்த்தபடி எழுதினேன். கடை வீதிகளில் சுற்றினேன். என் மனவோட்டங்களைப் பார்த்தபடி இருந்தேன். பயிற்சிப் பட்டறையில் அவர்களோடு பயிற்சியில் ஆழ்ந்திருந்தேன். கடந்த சில வாரங்களாக தாரணைப் பயிற்சிகளில் ஈடுபாடு காட்டி வருகிறேன். மனதின் அசைவுகளைப் பார்க்கிறேன். அலைகளைப் போலவே அவையும் காற்றினால் அசைக்கப்படுவதைக் காண்கிறேன். மூச்சுக் காற்றின் வேகத்தாலேயே மனமும் அசைகிறது என உணர்ந்துகொள்கிறேன்.

மனதிற்கு முக்கியமான வேலை ஒன்றுதான் உள்ளது, அது வாயுவை நினைத்த இடத்திற்குக் கொண்டு செல்லும் ஒரு கருவி. ஆனால் மனமோ உயர் பாதைகளை விடுத்து, நமது பொறி, புலன்களின் வழியே மூச்சினைக் கழித்துக்கொண்டே இருக்கிறது. (ஐவாய் வழி செல்லும் அவா - அருணகிரி). வெளியே ஓடியலையும் இந்த மனக்குரங்கை உடலெனும் கோட்டைக்குள் தங்கவைக்கும் ஒரே கருவி மூச்சு என்பதே அண்மையில் நான் உணர்ந்தது. திருமந்திரம் இதைத் தெளிவாக உணர்த்துகிறது. இவ்வாழ்க்கையில் எதுவும் நிலையில்லை. இல்லாத தீவு சட்டென்று ஒரு நாள் முளைக்கும், இருக்கின்ற தீவு நிமிடத்தில் மூழ்கிப் போகும்.

இடிகின்ற கரையைப் போன்ற இந்த வாழ்வில் எதைச் செல்வம் என்று சொல்லலாம்? மானத்தை மறைக்கும் நான்கு முழத் துணிக்கு நாலாயிரம் யூரோ கொடுப்பது செல்வமா, அழகிய இந்த உடல் நிலைப்பொருளா, உயர்ந்த கம்பெனிகளின் பெயர் பொறித்த சட்டைகளையும், தொப்பிகளையும், அணிகளையும் அணிந்துகொள்வது உயர் லட்சியமா என்றெல்லாம் கேள்விகளை உள்ளுக்குள் கேட்டுக் கொண்டிருந்தேன். இன்பம் யாவர்க்கும் பொதுவானதல்லவா. அது எவ்வாறு மணியணிகளை வாங்குபவர்களுக்கு, உயர்விடுதிகளில் தங்குபவர்களுக்கு மட்டும் கிடைக்கும்? பொருளற்றவரும் பூப்பர் அல்லவா, அதற்குக் 'கால்' முக்கியம், அருளைப் பெறுதலே பெருஞ்செல்வம். அதுவே யாவர்க்குமான பொதுச் செல்வம். உள்ளார்க்கும் இல்லார்க்குமான பெருநிதி. அது கருணை வெள்ளம். இன்பப் பெருங்கடல். அந்தப் பெரிய

இன்பத்தைத் துய்க்க நினைப்போர்க்கு மற்றைய உலக இன்பங்களெல்லாம் சிறியனவாகத் தோன்றும் (என்றும் ஆரமுதுண்ணுதற்கு ஆசை கொண்டார் கள்ளில் அறிவைச் செலுத்துவாரோ - சுப்பிரமணிய பாரதியார்).

ஆக, மனமென்னும் மாட்டை அடக்கி, உயர் வழியில் திருப்பி விட்டால் இன்ப அருவியில் தாகம் தீரப் பருகித் திளைத்திருக்கும். அதற்கொரு கோல்தான் மூச்சுக்காற்று. மனதையும், உடலையும் காற்றினால் பிணைத்துத் தற்பரத்தில் பொருத்தி ஆனந்தத்தில் நிலைத்திருத்தல், அங்கே ஒளியினைக் கண்டு இன்புற்றிருத்தல், மனமொடுங்கி, காற்றொடுங்கி, உருகிக் கண்ணீர் சிந்தும் நிலையடைதல், நன்றியால் நிறைதல் எல்லாம் நிகழ்கின்றன. பயின்றால் இது யாவர்க்கும் சாத்தியம். நான் பாராததைக் கூறவில்லை! இப்பயணம் எனக்கு இருவேறு உலகத்தையும், இரண்டு செல்வங்களையும், இரண்டு இன்பங்களையும் தெளிவாகக் காட்டியதை நன்றியோடு நினைத்துக் கொள்கிறேன். அழைப்பிற்கும், அனைத்து ஏற்பாடுகளுக்கும் டியானாவுக்கும், விடுதிக்கும் நன்றி!

எல்லோரும் இன்புற்றிருக்க நினைப்பதுவேயல்லாமல் வேறொன்று அறியேன் பராபரமே - தாயுமானவர்.

செயிண்ட் பார்த்தலெமி இரண்டாம் பயணம் (2022)

செயிண்ட் பார்த், பிரெஞ்சுத் தீவில் இவ்வாண்டும் சில நாட்களைக் கழிக்க முடிந்தது மகிழ்ச்சி. மூச்சுப் பயிற்சிப் பட்டறைகளை நடத்தச் சென்றிருந்தேன்.

காலை மூன்று மணி வாக்கில் எழுந்து சார்ள்ஸ்டனிலிருந்து 5.30 மணி விமானத்தைப் பிடித்து சார்லெட் வந்து நான்கு மணி நேரக் காத்திருப்பில் ஒரு அவகாடோ டோஸ்ட்டாடாவை உள்ளே தள்ளிவிட்டு, செயிண்ட் மார்டின் விமானத்தைப் பிடித்தேன். சுமார் 4 மணி நேரப் பயணம். வந்திறங்கியபோது மதியம் 3.30. ஒரு டாக்சிக் காரர் அழைத்துப் போய் மாரிகோட் படகுத் துறையில் விட்டார். மாலை 6.55க்குத்தான் படகு வரும். எனவே அருகில் இருந்த கடைத்தெருவில் சிறிது சுற்றிவிட்டு, ஒரு சில்லறைக்கடையில் பயணத்துக்குத் தேவையான சில நொறுக்குத் தீனிகளை வாங்கிக் கொண்டேன். செயிண்ட் பார்த்தில் எல்லாம் அதிகமான விலை. அது ஒரு மும்பைக் காரரின் கடை! ஆமாம், ஒரு நாயரின் டீக்கடை நிலாவில் இருப்பதைப் போல, ஒரு குசராத்தியின் கடை அமெரிக்க கிராமப்புறத்தில் இருப்பதைப் போல, இங்கு அது இருந்தது.

படகுத்துறையில் ஒரு சிறிய சுங்கத்துறை அலுவலகம். அதில் ஒரு காவலர். பிரெஞ்சுக் காரர். பாஸ்போர்ட்டைப் பார்த்து அனுப்பினார். அவரே பிறகு வெளியில் வந்து என்னைக் கடற்கரையில் வைத்து ஒரு படமும் எடுத்துக் கொடுத்தார். சற்று நேரத்தில் படகு வந்தது. வாயேஜர் என்று பெயர். பெட்டியைக் கீழ்த் தளத்தில் வைத்துவிட்டு, மேல் தளத்தில் இருந்து இயற்கையை இரசிக்கலாம் என்று போனேன். அந்தியில் கிளம்பிய படகு, அலை கடலைக் கிழித்துக் கொண்டு விரைந்து சிறிது நேரத்திலேயே இருட்டி விட்டது, விண்மீன் பூத்தது. இருண்ட கடலுக்குள் அலைகளோடு மோதி, மேல் தளத்தில் நின்ற என்னைத் திவலைகள் நனைத்தன. நடுக்கடலில் தூக்கி அலைக்கழிக்கப்படும் திகிலும், இருளும், தூரத்து மலையின் அழகிய மௌனமும் அது எல்லாம் கலந்த ஒரு அனுபவம். நடுக்கடல் அமைதியாக இருக்கிறது என்று கண்ணால் பார்ப்பதை நம்பக்கூடாது.

கொஞ்சநேர இரசனைக்குப் பின் படகு ஆடிய ஆட்டத்தில் எனக்கு உவ்வே வந்தது. அங்கே இருந்த இன்னொரு அம்மாவுக்கும். இருவரும் அருகே இருந்த குப்பைக் கூடையை மாறிமாறிப் பயன்படுத்திக் கொண்டோம். சற்று நேரத்தில் எல்லாம் அமைதியானது. முகத்தில் காற்றடித்தது. இருளில் குன்றுகள் அமைதியாய் நின்றிருந்தன. கடல் பேரிரைச்சலோடு அலைந்துகொண்டிருந்தது. நட்சத்திரங்கள் பெரிதாய்த் தெரிந்தன. செயிண்ட் பார்த் படகுத்துறையில் வந்திறங்கினேன். 1 மணி நேரப் படகுப் பயணம். அந்த ராட்டினப் பிரட்டலால் திரும்பி வரும்போது 15 நிமிட

விமானப் பயணத்திலேயே செயிண்ட் மார்டினுக்கு வந்துவிடவேண்டும் என முடிவு செய்துவிட்டேன்.

டியான வந்திருந்தார். பழங்கள் கொணர்ந்தார். நன்றி. மானாப்பானி (Manapani) என்றொரு நட்சத்திர விடுதியில்தான் தங்குதல், பயிற்சி எல்லாம். அங்கு கொண்டுவந்து விட்டார். உண்பது நாழி, உடுப்பது நான்கு முழம், தூங்குவதற்கு ஆறடிதான் என்றாலும் அதற்குள்தான் எத்தனை விதங்களை அடுக்கி வைத்திருக்கிறது மானாப்பானி. குளித்து முடித்து, சில பழங்கள், டீயுடன் அன்றைய பொழுதை முடித்துக் கொண்டு உறங்கச் சென்றேன். நன்றி இறைவா!

கடல் அழகானதென்று சொல்கிறார்கள். உண்மைதான். அழகானதும்கூட. அது இருக்கும் இடத்தைப் பொறுத்து. ஓங்கி வீசும் அலைகளின்மீது படகு ஒன்று இருளைக் கிழித்துப் பாயும்போது அது தள்ளாடுவதும், நீரோடு மோதிஅலைகளை மழையெனப் பொழியவைப்பதும், கண்ணுக்கெட்டியதூரம்வரை இடுட்டியகடலும் அலையும் இரைச்சலும் - கடல் அச்சமூட்டுவதும்கூட. பெருவலிமை படைத்த கப்பல்கள், அனுபவமிக்க மாலுமிகள், திடமான தீவுகள் என யாவற்றையும் விழுங்கியதுதான் கடல். அழகின் அடிப்புறத்து ஆழமும், மேலே வீசும் கவின் அலையும், அழகினைத் துணைக்கழைத்துக் கொள்ளும் காற்றும், அழகு நடமாடத் தொடங்கும் இரவுக் கூட்டமாகச் சேர்ந்துகொள்வார்கள். சாகசம் நிறைந்த மனத்தினனாய்ப் படகின் மேற்தளத்துக்குச் செல்வொனும், அலைகளோடு ஆடிக் களிப்போமென்று இறங்குவானும் சுழலுக்குள்

சத்தமின்றி அமிழ்ந்து போவார்கள். கடல் அழகுதான், ஆபத்தானதும்கூட.

என்னுடையது என்று சொல்லிக்கொள்ளும் எதனையும்விட அனைவருக்குமானது என்ற பொருட்களாலேயே நாம் பரவசமடைகிறோம். (பரத்தின் வசம் செல்வதைப் பரவசம் என்று உணர்க!). நோனிப் பழம் என்றொன்று இங்கே இருக்கிறது. முதிர்ந்து பழுத்து வெள்ளையாய்க் கீழே கிடந்தது. அது நுனாம் பழத்தின் கண்டங்களைப் போலிருந்தது. நிறம் வேறு. அளவும் ஒரு பெரிய உருளைக் கிழங்கினைப் போலிருந்தது. ஒரு பெரிய ஆமை நகர்ந்து வந்து கீழே கிடந்த ஒரு நோனிப் பழத்தை முகர்ந்து, கடித்துப் பின்னர் தன் வழியே போனது. நோனிப் பழத்தைச் சாப்பிட்டுப் பார்க்கவேண்டும். அந்த ஆமை என் நண்பி என்றாள் அதன் வழியே சென்ற ஒரு பெண். எனக்கு அறையைக் காண்பிக்க வந்த பணிப்பெண் ஒருத்தி வழியில் நின்ற ஒரு பூனையைத் தனது நட்பென்று தூக்கிக் கொண்டாள்.

கடல் இரவிலும் பகலிலும் இதே ஓசையில்தான் இருக்கிறது. நான் உறங்கச் செல்லும்போது கடல் துயில்வதில்லை. என் புலனுக்கு எட்டினாலும் எட்டாவிட்டாலும் அவை இயங்கிக்கொண்டுதான் இருக்கின்றன. நான் உறங்கும்போது என்னளவில் அவையும் உறங்குகின்றன. பொறி புலன்களைக் கடந்த இறையின்பம் என்று வாய்க்கும்? சொல்லால் அடங்காச் சுகக் கடலில் வாய்மடுப்பது எவ்வளவு இன்பம்!

செயிண்ட் பார்த்தில் வீட்டுக் கழிவுகளை நேரடியாகக் கடலில்தான் கலக்கிறார்கள் போலும்!

இன்று இருவர் தம் வீட்டுக் குழாயைக் கடற்கரையருகே தோண்டிக்கொண்டிருந்தனர்.

உலகில் காணும் விதைகளையெல்லாம் கொண்டுவந்து என் தோட்டத்தில் வைத்துக் கொள்ள வேண்டுமாக்கும். தேடாத தேட்டினரே செங்கைத் துலாக்கோல்போல் வாடாச் சமன்நிலையில் வாழ்வார் பராபரமே- தாயுமானவர். தேடுதல் ஒழி.

தேநீர்க் கோப்பையின் ஆவி படாதவாறு கோப்பையை நகர்த்தினேன். காகிதப்பூவொன்று நன்றி சொன்னது.

சார்ள்ஸ்டனிலிருந்து தேனிலவுத் தம்பதியொன்று அங்கே வந்திருந்தது. உணவு விடுதியில் கண்டு பேசிக் களித்தோம்.

தென்னை, பூவரசு, பனை, பாக்கு, பெரும்பனை, நுனா (நோனி), வாதாம் (பாதாம்), வாழை எல்லாம் இருக்கின்றன. மானாப்பானி என்றால் பொருள் தெரியாது என்றார் டியானா. மனதின் வழி, பாங்கு, பான்மை, மனதைக் கைக்கொண்டவர், மனதோடு இயைந்த பானம் (மூச்சு) என்றெல்லாம் பொருள் கொள்ளலாம்.

கலிபோர்னியாவில் நண்பர் ஆறுமுகம் பேச்சிமுத்து காலமானார் என்ற சமூக ஊடகத்தின்வழியே செய்தி வந்தது. நல்ல மனிதர், தமிழுக்காக உழைத்தவர். அவரது ஆன்மா அமைதியுறட்டும். ஓம்.

கடற்சங்குகளில் நிறைய கனிமங்களும், இதரக் கடல் தாவரங்களின் மூலக்கூறுகளும் இருக்கின்றன. அவற்றுக்காகவே சித்த மருத்துவத்தில் பற்பங்கள் தயாரிக்கப்பட்டிருக்கலாம். சங்கு தூள்தூளாக

நொறுங்கி மணல்போல இங்கே கொட்டிக் கிடக்கிறது. பவளப்பாறையின் துண்டுகளும் கிடக்கின்றன. பற்பம் செய்யலாம்.

காலையில் எழுந்ததும் சிப்பிக் கடற்கரைக்குச் (Shell Beach) சென்றேன். கிளிஞ்சல்கள் கொட்டிக் கிடந்தன. இவை சல்லியாக, சிவப்பு, இளஞ்சிவப்பு, பொட்டுக்கள், கோடுகள் என்று ஓவியங்களாய் மிளிர்ந்தன. எத்தனை பொறுக்கினாலும் ஓயாத மனது. தேடிச் சேர்க்கும் அலைச்சல்.

அன்றிரவு குஸ்டாவியா நகரில் உலவினேன். சில கடைகளில் கூட்டம். ஓரிடத்தில் ஒரு இசைக்கச்சேரி. மற்றபடி அமைதியான ஆடம்பரமான கடைவீதி.

ஆல்ஜி (algae) எனப்படும் கடற்பாசிகள் கடலோரமெங்கும் குவிந்து கிடந்தது. அதிலிருந்து ஒரு அழுகல் மணம் வந்தது. அதில் சில விடத்தன்மையும் (cyanotoxin) இருக்கும் என அறிகின்றேன். அதனாலேயே நிறைய பேர் கடற்கரைப் பக்கம் செல்லாமலிருந்தனர்.

காலையில் உணவருந்தியபோது பரிமாறியவரிடம் இங்கு இளநீர் கிடைக்குமா என்றேன். சமையலறையில் இருக்கிறதா என்று பார்த்துவிட்டு வருகிறேன் என்று போனார். நான் சற்று நேரத்தில் அவரை மறந்துவிட்டுக் கிளம்பிவிட்டேன். மதியம் போல என்னை வழியில் கண்டு மறித்தார். உனக்கு எடுத்து வைத்தேன், உன்னைக் காணோம் என்றார். இப்போது இருக்கிறதா என்றேன். இங்கே உட்கார், கொண்டு வருகிறேன் என்று சொல்லி, சற்றைக்கெல்லாம் ஒரு முதிர் வழுக்கை இளநீரைக் கொண்டு வந்தார். நிறைய நீரும், இனிப்பும்

சுறுசுறுவென்றவொரு உப்புமாய் அது இருந்தது. குடித்து முடித்து வெட்டித் தருமாறு கேட்டேன். ஒரு முரட்டு ஆமை, குழம்பு சட்டி அளவில் இருந்தது, ஊர்ந்து என் காலருகே வந்துவிட்டது. சில ஆமைகள் காலைக் கடித்தால் விரல் துண்டாகிவிடும் என்று வெற்றி எனக்குச் சொல்லியிருக்கிறான். காலை நாற்காலியிலிருந்து தூக்கினேன், அப்படியே பின்னால் சாய்ந்து மணலில் விழுந்தது நாற்காலி. சிரித்துக்கொண்டே எழுந்தேன். ஒரு ஆள் கித்தாரை வைத்துக்கொண்டு நீச்சல் குளத்தருகே பாடுகிறார். கொஞ்சம் இளநீர் வழுக்கையைச் சாப்பிட்டுவிட்டு டுமா என்ற அந்தப் பரிமாறுபவருக்கு நன்றி சொல்லிக் கிளம்பினேன்.

பொதுவாக அதிக இன்பத்தையும் விடுதலையையும் தருவன விலையில்லாமல் வரும் காற்றும், கடலும், மலையும்தாம். செயிண்ட் மார்டினில் சற்றே குறைந்த விலையில் உண்ணலாம், சுற்றிப் பார்க்கலாம், எளிய மக்களோடு பழகலாம். பூவரசு, தென்னை, நுனாவின் பெரும்பழ வகை, கள்ளிப் பழங்கள், ஆமை, ஓணான், ஆடு, கழுதை, பாதாம் மரம், முருங்கை மரம், வேப்ப மரம் என்று பல்விதங்களில் நம் ஊரை நினைவூட்டும் பல்லுயிர்ச் சூழல். சொல்லிக் கொள்ளாமல் அடிக்கடி மழை வருவதும் நிற்பதுமாக இருக்கும். வளைந்து ஒடுங்கி ஏறி இறங்கிச் செல்லும் மலைச் சாலைகளில் காரோட்டுவது சாகசம் என்றே சொல்லலாம்.

மனதின் அசைவுகளையும் அலைகளின் வீச்சினையும் ஒருபுறம் ஈர்ப்பு இழுக்கிறதென்றால் பெரும்பாலும் அசைப்பது காற்றுதான். மனதுக்கு அதன் பெயர் மூச்சு.

வாண்டான் விடுதி மாட்டுப் பொங்கல்

மாட்டுப் பொங்கலன்று காலையில் எங்கள் குலதெய்வக் கோயிலுக்குச் (சுனையிலம்மன், வாண்டான்விடுதி) சென்றிருந்தேன். அது எனக்கு மிகவும் பிடித்தமான இடம். காட்டுக்குள் இருக்கும் கோயில். காலம் கணிக்கவியலாத இன்னுமொரு வரலாற்றுப் பெட்டகம். ஒரு வீரனின் நடுகல் அங்கிருக்கிறது. அய்யனார், பெரமையா, சன்னாசி, கருப்பர் ஆகிய காவல் தெய்வங்கள் ஒரு புறமிருக்க இன்னொரு புறத்தில் சுனையிலம்மன் இருக்கிறாள். ஒவ்வொரு வைகாசியிலும் நடக்கும் திருவிழா, மதுக்குடம், உறவினர் கொண்டாட்டமெல்லாம் தனியாக எழுதலாம்.

நேற்று சென்றபோது அந்தப் பூசாரி இரவு இங்கு மாட்டுப் பொங்கல் விசேசமாக இருக்கும் வாருங்கள் என்றார். எங்கள் தெருவில் மாடுகள் வெகுவாகக் குறைந்துபோய்விட்டன. முத்து மாமா சில மாடுகளை விடாப்பிடியாகக் காப்பாற்றி வருகிறார். அவர் வீட்டில் அக்கம் பக்கமிருந்த சில மாடுகளை அழைத்துப் பொங்கல் கொண்டாடினார்கள். கருப்பைய்யா கோயில் திடலில் கொஞ்சம் மாடுகளிருந்தன. சரி என்று அக்கா மகனுடன் வாண்டான்விடுதிக்கு வண்டியைக் கிளப்பினோம்.

இருண்ட சாலைகள். வீட்டிலிருந்து ஒரு 8-9 கிலோ மீட்டர் இருக்கலாம். சென்றபோது பொங்கல் வைத்து முடித்துப் பல்லயம் போட ஆயத்தமாகிக்கொண்டிருந்தார்கள். இரண்டு குத்துவிளக்குகளுக்கு நடுவே பிடித்து வைத்த பிள்ளையார். அதற்கு மாலை. சிறுபீளைப் பூ அலங்காரம். முன்னே படைக்கப்பட்டிருந்த பழங்கள், தேங்காய். குங்கிலியம் புகைந்தது. சாம்பிராணி போட மாட்டார்களாம்.

மயக்கும் மங்கிய ஒளியில் என் ஆதிகளின் குரல்கள் சுற்றிலும் ஒலிக்கக் கேட்டுக் கொண்டிருந்தேன். குழம்பு மட்டும் கடைசியில் கொதித்துக் கொண்டிருந்தது. முடிந்ததும், சுமார் 20 பானைகளிலிருந்து பொங்கலை மூன்று பெரிய பல்லயங்களில் பரப்பினார் பூசாரி. அதன் மேல் தேங்காய், வெல்லம், வாழைப்பழம், குழம்பிலிருந்த காய்கள், பால், தயிர் எனப் பலவற்றை அடுக்கடுக்காகத் தூவினார்கள். இதைப் போலத்தான் எங்கள் ஊரிலும் செய்வது.

பிறகு எண்ணெய், அரைப்பு (சீயக்காய்), தண்ணீர், காவி, பல்லயத்திலிருந்து எடுத்த சோறு ஆகியவற்றை எடுத்துக்கொண்டு சென்று சுமார் 50 மாடுகள் இருந்திருக்கும், அவற்றுக்கு மரியாதை செய்தார்கள். மாடுகளுக்குச் சோறு ஊட்டி முடிந்த பிறகு குங்கிலியப் புகை, தீவட்டி, பிரண்டைக்கொடி எல்லாவற்றையும் எடுத்துக் கொண்டு மாடுகளைச் சுற்றி வந்தார்கள். இதைத்தான் கோயிந்தா கொட்டுவது என்போம். மூன்று சுற்று முடிந்ததும் இவர்கள் செய்த ஒன்று சிலிர்க்க

வைத்தது. அப்படியே ஓடிப் போய்க் கூட்டமாக விழுந்து கும்பிட்டார்கள். அது மாடுகளுக்கும், சாமிக்கும் சேர்த்து.

பிறகு தீப ஆராதனை காட்டி முடித்துவிட்டு, அந்தக் குடியிலேயே மூத்தவராக இருந்த ஒருவருக்கு முதல் மரியாதையாகத் திருநீற்றை அவருக்கு வழங்கினார்கள். பூசாரி "பெறத்தியார் (வெளியாட்கள்) யாராவது இருக்காகளா?" என்றார். கூட்டத்தில் சிலர் எங்களைக் கைகாட்டினார்கள். முதல் மரியாதைக்கு அடுத்த மரியாதை வெளியாட்களுக்குத்தான். அடுத்துதான் ஊர்க் காரர்களுக்காம். இதுதான் தமிழ்க்குடி. நாகரீகத்தின் உச்சம். மாற்றானைக் குடித் தலைவனுக்கு அடுத்தபடியாக மதித்தல், வரவேற்றல். பன்னெடுங்காலமாகத் தமிழரின் நெஞ்சில் ஊறிப்போன விருந்தோம்பல்.

தேங்காயும், பல்லயத்திலிருந்த படையலும் அவ்வரிசையிலேயே தரப்பட்டன. இத்தனைக்கும் அங்கு யாரையுமே எனக்குத் தெரியாது. காலையில் பார்த்த பூசாரி கூட அக்கூட்டத்தில் இருந்தாரா என எனக்குத் தெரியாது. பக்கத்தில் நின்றிருந்தவர்களிடம் கரம்பக்குடியிலிருந்து வருகிறோம் என அறிமுகம் செய்துகொண்டதுதான். இது எத்தனை மாண்புடைய வழக்கம்! எனக்குக் கண்களில் நீர் துளிர்த்தது. அந்தப் பல்லயப் படையல் சோறு அமுதமென்று சொல்லலாம்.

கூட்டம் கலைந்தபோது ஒரு மூதாட்டி வந்து அருகிலிருந்தவருக்குத் திருநீறிட்டார். 'எல்லாருக்கும் வரிசையாப் பூசுங்க' என்றார் அவர். எனக்கும் பூசிவிட்டார். என் தொல்குடியின் ஆழமான வேரின் ஈரத்தை அம்மூதாட்டியின் கண்களில் கண்டேன்.

அவர் பாதம் தொட்டுக் கும்பிட்டேன். வாழ்த்தினார். சாப்பிட்டுவிட்டுப் போகலாம் என்றார்கள் பலரும். இருப்பினும் கிளம்பிவிட்டோம். பத்து மணியிருக்கும். நாளை மஞ்சுவிரட்டுக்கு வாருங்கள் என்றார்கள்.

நம்பிக்கை மிச்சமிருக்கிறது. என் தமிழ்க்குலம் எங்கேனும் வாழ்ந்துகொண்டிருக்கும். கூர்ந்து கவனித்தால் அதன் பூர்வீகக் குரலை ஏதேனும் ஒரு இரவின் மங்கலான வெளிச்சத்தில் எவரும் கேட்கலாம்.

மாட்டுப்பொங்கல் திருநாள் வாழ்த்துக்கள்!

பின் இணைப்பில் உள்ள இந்தப் பயணங்களைக் குறித்த படங்களைக் கீழ்க்கண்ட இணைப்பில் சென்று காணலாம்!